நெப்போலியன்

போர்க்களப் புயல்

என். சொக்கன்

என். சொக்கன் என்ற பெயரில் எழுதும் நாகசுப்பிரமணியன் சொக்கநாதன், பெங்களூரில் ஒரு மென்பொருள் நிறுவனத்தின் இயக்குநராகப் பணியாற்றுபவர். நோக்கியா நிறுவனம் வெற்றிபெற்ற கதையை விரிவாக விவரிக்கும் 'நோக்கியா: கொள்ளை கொள்ளும் மாஃபியா' என்ற புத்தகம் இவரது சமீபத்திய ஹிட். சாதனையாளர்களின் வாழ்க்கை வரலாறுகளை எழுதுவதில் ஆர்வம் கொண்டவர். இரண்டு சிறுகதைத் தொகுப்புகளும் வெளி வந்துள்ளன.

நெப்போலியன்

போர்க்களப் புயல்

என். சொக்கன்

கிழக்கு

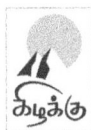

நெப்போலியன்: போர்க்களப் புயல்
Napoleon: Porkkalap Puyal
N. Chokkan ©

First Edition: May 2007
160 Pages

ISBN: 978-81-8368-347-0
Title No. Kizhakku 237

Kizhakku Pathippagam
177/103, First Floor,
Ambal's Building, Lloyds Road,
Royapettah, Chennai 600 014.
Ph: +91-44-4200-9601

Email : support@nhm.in
Website : www.nhm.in

Author's Email : nchokkan@gmail.com

Cover Image Courtesy: Wikimedia

Kizhakku Pathippagam is an imprint of New Horizon Media Private Limited

மனத்தின் சக்தி.
வாளின் சக்தி.

இந்த இரண்டு சக்திகள்தான்
உலகை ஆள்கின்றன.
காலப்போக்கில் மனத்தின் கூர்மைக்குமுன்
வாளின் முனை மழுங்கிப் போய்விடுகிறது.

──────── நெப்போலியன் ────────

போர்க்களம் அழைக்கிறது

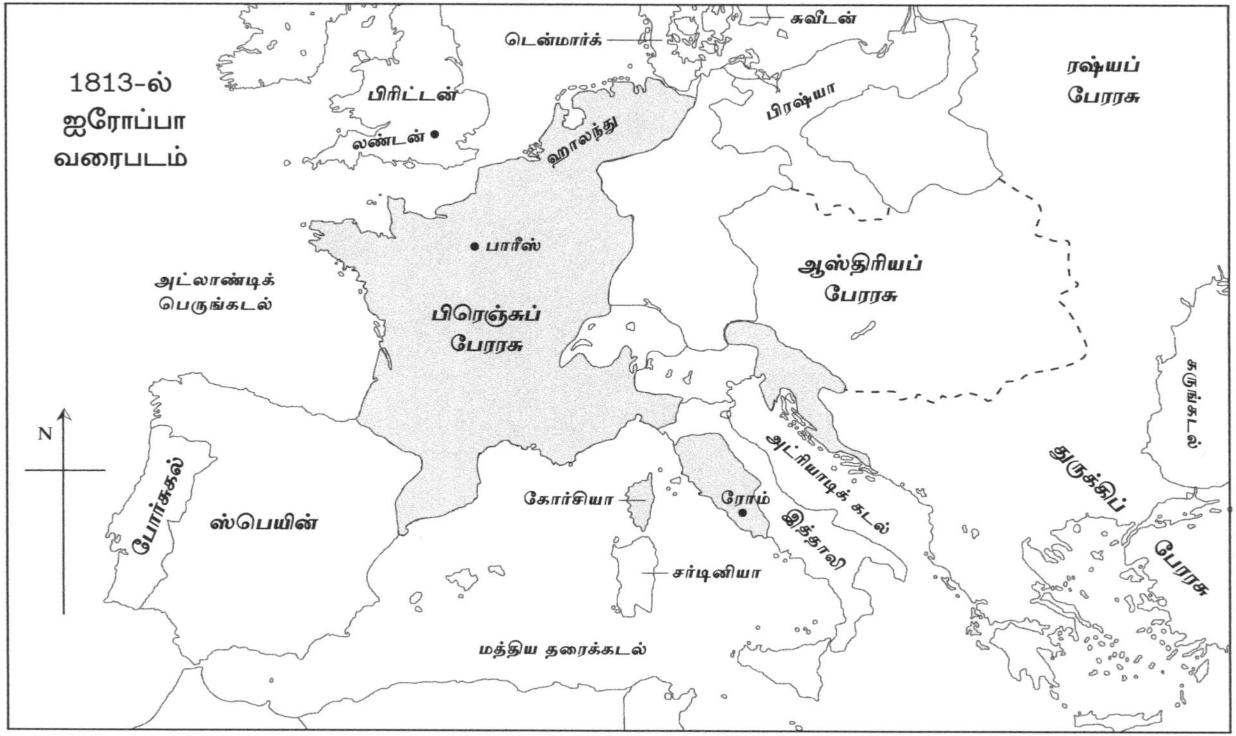

கரு்ங்கடல்

ரஷ்யப் பேரரசு

துருக்கிப் பேரரசு

ஆஸ்திரியப் பேரரசு

அட்ரியாடிக் கடல்

ரோம் இத்தாலி

சார்டினியா

கோர்சியா

மத்திய தரைக்கடல்

சுவீடன்

நாா்வே

டென்மார்க்

பிரஷியா

பிரிட்டன் லண்டன்

வேணடன்

பாரீஸ்

பிரெஞ்சுப் பேரரசு

அட்லாணடிக் பெருங்கடல்

ஸ்பெயின்

பார்ச்சுகல்

N

1813-ல் ஐரோப்பா வரைபடம்

? யார்

கடவுளுக்கு, திடீரென்று மனிதர்கள் மீது கோபம்.

இருக்காதா பின்னே? பூமியில் எல்லோரும் ரொம்பக் கெட்டுப்போய்விட்டார்கள். யாரும் மற்றவருடன் இணங்கி சந்தோஷமாக வாழ்கிற வழியைக் காணோம். எப்பப்பார் சண்டை, சச்சரவு, கோஷ்டி, கும்மியடி, குண்டுவெடிப்பு, இன்னபிற அவஸ்தை கள்...

இதையெல்லாம் பார்க்கப் பார்க்கக் கடவுளுக்குப் பற்றிக்கொண்டு வந்தது. இந்த மனிதர்களுக்கு ஒரு பெரிய தண்டனை கொடுத்தாக வேண்டும் என்று தீர்மானித்தார்.

என்ன செய்யலாம்?

பசி, பஞ்சம், வறட்சி, வெள்ளம் எல்லாம் மனிதர் களுக்குப் பழகியிருந்தது. இன்னும் பெரிதாக ஏதாவது செய்யலாம் என்று சாத்தானின் கொம்பு களோடு யோசித்தார் கடவுள். அப்போது, அவர் முன்னே நிஜ சாத்தானே வந்து நின்றான்.

'ஆஹா, நீதான்யா இந்த வேலைக்குச் சரியான ஆள்' என்று துள்ளிக் குதித்தார் கடவுள், 'இந்த மனுஷப் பயலுங்களை ஒரு வழி பண்ணனும், அதுக்கு ஒரு நல்ல யோசனையாச் சொல்லு.'

சாத்தான் குரூரமாகச் சிரித்தபடிச் சொன்னான், 'உலகத்தில் உள்ள எல்லா மனிதர்களையும் ஒட்டுமொத்தமாக வதைக்கவேண்டு மானால், அதற்கு ஒரே ஒரு வழிதான் உண்டு. ரத்த வெறி பிடித்த ஒரு போர் வீரனைக் கண்டுபிடிக்கவேண்டும். கையில் போர் வாளோடு அவனை பூமியில் அலையவிட்டால், அவன் மொத்த ஜனங்களையும் பாடாகப்படுத்திப் பச்சடியாக்கிவிடுவான்.'

'நல்ல யோசனை. ஆனால், அப்படி மொத்த உலகத்தையும் ஆட்டிப் படைக்கக்கூடிய ஒருவனை எங்கே சென்று கண்டு பிடிப்பது?'

'நெப்போலியாண்டர்' என்றான் சாத்தான், 'அவன் ஒருவன்தான் இந்த வேலைக்குச் சரியான ஆள்!'

'யார் அந்த நெப்போலியாண்டர்?' என்று ஆச்சரியத்துடன் கேட்டார் கடவுள்.

'முன்பொரு காலத்தில், நான் விளையாட்டாக ஒரு மண் பொம்மை செய்தேன். அந்த நேரம் பார்த்து, நீங்கள் முகம் கழுவிக்கொண்டிருந்தீர்கள். உங்களுடைய கையிலிருந்து தவறி விழுந்த நீர்த் துளிகள், அந்த மண் பொம்மையின்மீது விழுந்தன.

அவ்வளவுதான். அந்த வெறும் பொம்மைக்கு உயிர் வந்து விட்டது. 'நெப்போலியாண்டர்' என்று பெயர் சூட்டப்பட்ட அந்த பொம்மை, இப்போது பூமியில்தான் ஒரு தீவில் ரத்தமும் சதையுமாக வாழ்ந்துகொண்டிருக்கிறது.

நெப்போலியாண்டருக்குச் சாப்பாடு, தூக்கம், பொழுதுபோக்கு என்று எதுவுமே கிடையாது. அவனுடைய ஒரே நோக்கம், மொத்த உலகத்தையும் ஜெயிக்கவேண்டும். அதை எப்படிச் சாதிப்பது என்பதையே ராத்திரி பகலாக யோசித்துக் கொண்டிருக்கிறான்.

உலகத்தை எதற்காக ஜெயிக்கவேண்டும் என்பதெல்லாம் நெப்போலியாண்டருக்குத் தெரியாது. நாடு நாடாகச் சென்று, அங்குள்ள போர்வீரர்களைக் கொன்று, மக்களைக் கைப்பற்றி, சிறைப்படுத்தி, சித்திரவதைச் செய்து, இப்படியே பூமியின் சக்கரவர்த்தியாகிவிடலாம் என்று திட்டமிட்டுக்கொண்டிருக் கிறான்.'

சாத்தான் சொல்லச் சொல்ல... கடவுளின் புருவங்கள் ஆச்சரியத் தால் உயர்ந்தன. மொத்த மனித குலத்துக்கும் இவனைவிடக்

கொடும் தண்டனை ஒன்று இருக்கமுடியாது என்று தீர்மானித் தார். அவருடைய ஆசீர்வாதத்துடன், சாத்தானின் அம்சமாக நெப்போலியாண்டர் உலகை ஆக்கிரமிக்கக் கிளம்பினான்.

அவனுடைய காலடிபட்ட இடங்களிலெல்லாம் மக்கள் நடுங் கினார்கள். யாராலும் அவனை ஜெயிக்க முடியவில்லை.

நிற்க. இதுவரை நீங்கள் படித்தது, ரஷ்ய நாட்டு விவசாயிகளால் கர்ண பரம்பரையாகச் சொல்லப்படுகிற நாடோடிக் கதை.

ரஷ்யர்கள் ஏன் நெப்போலியனை இப்படிக் கொடூரமாகச் சித்திரித்துக் கதை சொல்லவேண்டும்?

அப்போதைய உலகப் படத்தை விரித்துப் பார்த்தால், ஐரோப்பா வின் ஒரு மூலையில் நெப்போலியனின் பிரான்ஸ் தெரிகிறது. அங்கிருந்து நெடுந்தொலைவில், மிகப் பெரியதான ரஷ்யச் சாம்ராஜ்ஜியம் பரந்து விரிந்திருக்கிறது. இரண்டுக்கும் எந்த விதமான நேரடித் தொடர்பும் இருப்பதாகத் தெரியவில்லை.

கிட்டத்தட்ட மொத்த வாழ்நாளையும் யுத்தக் களங்களில் கழித்த நெப்போலியன், ரஷ்யாவின் பக்கம் எட்டிப் பார்த்தது மிகச் சில வாரங்கள்தான். அங்கேயும் பெரிதாக ஒன்றையும் சாதித்துவிட வில்லை. வெற்றியும் இல்லாத, தோல்வியும் இல்லாத ஒரு வழவழா கொழகொழாச் சூழலில் மாட்டிக்கொண்டு, குளிரில் நடுங்கிச் சிதறியபடி வேதனையோடு திரும்பிப் போனது நெப்போலியனின் படை.

தங்களைச் சும்மா தொட்டுப் பார்த்துவிட்டுத் திரும்பிச் சென்ற ஒருவனை, ரத்தக் காட்டேரி, போர் வெறியன், தன் படையில் பிசாசுகளை வைத்துச் சண்டை போடுகிறவன் என்றெல்லாம் கொடூரமாகச் சித்திரிக்கவேண்டிய அவசியம் ரஷ்யர்களுக்கு ஏன் வந்தது?

இன்னும் விநோதம், அதே நெப்போலியன் செய்த அதே போர்களிலிருந்து, வாழ்க்கைக்குத் தேவையான பாடங்களை நிறையக் கற்றுக்கொள்ளலாம் என்று சொல்கிறவர்களும் இருக்கிறார்கள். சுய முன்னேற்றப் புத்தகங்களில் நெப்போலியன் சம்பந்தப்பட்ட உண்மை/கற்பனைக் கதைகள் நிரம்பி வழி கின்றன. மேலாண்மைப் பல்கலைக்கழகங்களில் தொடங்கி, ராணுவப் பள்ளிக்கூடங்கள்வரை, இளைய தலைமுறையின ருக்கு 'நெப்போலியன் சுறுசுறுப்பான ஒரு லட்சிய வீரன்' என்கிற

பிம்பம் பயிற்றுவிக்கப்படுகிறது. ஆனானப்பட்ட பில்கேட்ஸ் கூட, 'நெப்போலியனைப் பார்த்துதான், நான் உலகத்தை ஜெயிக்கிற ஆர்வத்தை வளர்த்துக்கொண்டேன்' என்று பத்திரிகைகளுக்குப் பேட்டி கொடுக்கிறார்.

நெப்போலியனைப்பற்றி ஆய்வு செய்கிற அமைப்புகள், குழுக்கள், ஆர்வலர்கள் உலகமெங்கும் இருக்கிறார்கள். சரித்திரத்தில் வாழ்ந்த வேறு எந்த நபரைக் காட்டிலும் அதிகமாக, சுமார் மூன்று லட்சம் புத்தகங்கள் நெப்போலியனைப் பற்றித்தான் எழுதப்பட்டிருக்கின்றன.

ஆனால், இத்தனை அலசல், ஆராய்ச்சிக்குப் பிறகும் நெப்போலியன் நல்லவரா, கெட்டவரா என்கிற கேள்விக்கு மட்டும் விடை தெரிந்தபாடில்லை. சிலருக்கு அவர் கொடூரமான போர் வெறியர், மற்றவர்களுக்கு உலகை ஜெயித்த உன்னதக் கலைஞர். 'காஃபியா, டாஃபியா' போல, நம்முடைய பேரன், கொள்ளுப் பேரன் காலத்தில்கூட, இந்த விவாதத்துக்கு ஒரு நிச்சயமான முடிவு வரும் என்று தோன்றவில்லை.

உண்மையில், இந்த நெப்போலியன் யார்? தன்னுடைய லட்சியத்துக்காக உலகையே ரத்தத்தில் மூழ்கடிக்கத் துணிந்தவரா? அல்லது, சூழ்நிலை காரணமாக அப்படியொரு பிம்பத்தில் மூழ்கடித்துக் கொல்லப்பட்டவரா? அடுத்த வேளைச் சாப்பாடே நிச்சயமில்லை என்று திணறிக்கொண்டிருந்த ஒரு குடும்பத்தில் பிறந்தவரால், உலகின் மிகப் பெரிய பேரரசர்களுள் ஒருவராக வளர முடிந்தது எப்படி? இந்த வளர்ச்சி, நியாயமானதுதானா? அல்லது வாளின் முனையில் வாங்கப்பட்டதா? ஏழெட்டு வருடங்களுக்குள் அப்படி ஒரு மகா உயரத்துக்குச் சென்றவர், தடாலென்று அங்கிருந்து விழுந்து சுருண்டு மறைந்துவிட்டாரே, அந்த வீழ்ச்சியைப்பற்றிப் பேசாமல், உலகம் அவருடைய எழுச்சியைமட்டும் இன்றுவரை பேசிக்கொண்டிருக்கிறதே, அது ஏன்?

இந்தக் கேள்விகளுக்குள்தான், நிஜமான நெப்போலியன் ஒளிந்திருக்கிறார்.

மாணவன்

பதினெட்டாம் நூற்றாண்டு. ஐரோப்பாவில், இங்கிலாந்துதான் அதிக ஆதிக்கம் செலுத்திக்கொண்டிருந்தது. அதைத்தவிர குறிப்பிட்டுச் சொல்ல வேண்டிய பிரதேசங்கள் என்று பார்த்தால், பிரான்ஸ் மற்றும் இத்தாலி.

உலக வரைபடத்தில், இத்தாலியைக் கண்டுபிடிப்பது மிகவும் சுலபம். ஐரோப்பாவின் கீழ்ப் பகுதியில், மத்திய தரைக் கடலை யாரோ பூட்ஸ் காலால் எட்டி உதைப்பதுபோல் நீண்டு கிடக்கும் தேசம் அது.

இத்தாலியிலிருந்து சற்றுத் தொலைவில், பிரான்ஸ். இந்த இரண்டு நாடுகளுக்கும் நடுவே கொஞ்சம் கூர்ந்து கவனித்தால், பாண்டி விளையாடிய பெண்கள் வீசி எறிந்த சில்லுகளைப்போல, நடுக்கடலில் இரண்டு சின்னஞ்சிறு தீவுகளைப் பார்க்கலாம். ஒன்று சர்டினியா (Sardinia). இன்னொன்று, கோர்ஸிகா (Corscica).

1

கோர்ஸிகாவில் ஏகப்பட்ட மலைகள் உண்டு. சொல்லிக் கொள்ளும்படியாக எந்த விளைச்சலும் கிடையாது. கனிம வளம், தொழில் வளர்ச்சி என்று பெருமையாகக் குறிப்பிடு வதற்கு எதுவுமே இல்லை.

ஆனால், மத்திய தரைக்கடலின் நட்டநடுவே இருக்கிற தீவு என்பதால், இந்தப் பகுதியில் ஆதிக்கம் செலுத்த விரும்பிய நாடு களுக்கெல்லாம் கோர்ஸிகா தேவைப்பட்டது. இங்கே உட்கார்ந்து கொண்டுவிட்டால், கால் மேல் கால் போட்டபடி, 'யாருப்பா அது கப்பல் ஓட்டறது?' என்று அந்தப் பக்கம் வருகிறவர்களை யெல்லாம் அதட்டிக் காசு வசூலிக்கலாம், அதிகாரம் செலுத்தலாம், அடுத்தவர்கள் நம்மீது கடல்வழியே படையெடுத்து வராதபடி பார்த்துக்கொள்ளலாம்... இப்படிப் பலவிதங்களில் வசதி.

இந்தக் கோணத்தில் யோசித்த அக்கம்பக்கத்து நாடுகள் அனைத் தும், கோர்ஸிகா தங்களுடைய பிடியில் இருப்பதுதான் நல்லது என்று நினைத்தன. ஆகவே, பல நூற்றாண்டுகளாக, இந்தச் சின்னஞ்சிறு தீவு, வெவ்வேறு ஆக்கிரமிப்பாளர்களிடம் அகப் பட்டுக்கொண்டு தவித்தது. அவ்வப்போது 'முதலாளி'கள் மாறிக் கொண்டிருந்தார்களேதவிர, கோர்ஸிகா, ஓர் அடிமை தேசம் என்கிற நிலைமையில் மாற்றமே இல்லை.

உள்ளூர்வாசிகள் கொஞ்ச நாள்கள் அடங்கிக் கிடந்தார்கள். அதன்பிறகு, விழித்துக்கொண்டு சுதந்தரப் போராட்டத்தில் இறங்கினார்கள்.

உலகம் முழுவதுமே, ஒரு சில நாடுகளின் 'காலனி'களாக அடிமைப்பட்டுக்கிடந்த காலகட்டம் அது. இதனால், கோர்ஸிகர் கள் என்னதான் தீவிரமாக ஆயுதம் ஏந்திச் சண்டை போட்டாலும், அவர்களால் அந்நிய ஆக்கிரமிப்பாளர்களை விரட்டியடிக்க முடிய வில்லை. கிட்டத்தட்ட ஐந்து நூற்றாண்டு காலமாக கோர்ஸிகாவை அடிமைப்படுத்திவைத்திருந்த இத்தாலியர்கள்*, இந்த எதிர்ப்பு களையெல்லாம் பூச்சை நசுக்குவதுபோல், மிகச் சுலபமாகக் கட்டுப்படுத்தி அழித்துவிட்டார்கள்.

ஆனால் அதற்காக, காலமெல்லாம் அடிமையாகக் கிடக்கமுடி யுமா? 'சுதந்தரம் எங்களுடைய பிறப்புரிமை', 'இத்தாலியனே

★ இன்னும் குறிப்பாகச் சொல்வதானால், அப்போதைய ஜெனொவா (Genoa) குடியரசினர்.

14 என். சொக்கன்

வெளியேறு' என்றெல்லாம் கோஷம் போட்டபடி, கோர்ஸிகர்கள் தங்களுடைய போராட்டங்களைத் தொடர்ந்தார்கள்.

பதினெட்டாம் நூற்றாண்டின் மத்தியில், இந்தப் போராட்டங்களுக்குத் தலைமையேற்று நடத்திக்கொண்டிருந்தவர் பெயர், பாஸ்க்வலெ பயோலி (Pasquale Paoli). இத்தாலியர்களுக்கு எதிராக அவர் திரட்டியிருந்த கோர்ஸிக ராணுவத்தில், கார்லோ போனபர்ட் (Carlo Buonaparte) என்பவர் முக்கியப் பொறுப்பு வகித்தார்.

தலைவர் பயோலிக்கு நெருங்கிய நண்பராக இருந்த கார்லோ, அடிப்படையில் ஒரு வழக்கறிஞர். இத்தாலிய ஆக்கிரமிப்புப் படைக்கு எதிரான போர்கள் பலவற்றில், இவர் நேரடியாகப் பங்கு பெற்றிருக்கிறார். அவரது மனைவி லெட்டிஷியா (Letizia) குடும்பத்தைப் பொறுப்புடன் நிர்வகித்து வந்தார். ஏதோ புரட்சியும் வறட்சியுமாக வாழ்க்கை ஓடிக்கொண்டிருந்தது.

அந்த மலைப் பிரதேசத்து மண்ணின் இயல்போ, என்னவோ பெரும்பாலான கோர்ஸிகர்களுக்கு, முன் கோபம் அதிகம். முணுக்கென்றால் ஒருவரை ஒருவர் முறைத்துக்கொண்டு அடிதடி, கைகலப்பு, வெட்டுக்குத்துகளில் இறங்கிவிடுவார்கள்.

இதனால், கோர்ஸிகாவைச் சேர்ந்த பல குடும்பங்களில் ஏழெட்டுக் குழந்தைகளைச் சர்வ சாதாரணமாகப் பார்க்கமுடியும். நிறையப் பிள்ளைகளைப் பெற்றுக்கொள்வதுதான், நம்முடைய பரம்பரைக்குப் பாதுகாப்பு என்கிற நினைப்பு அவர்களுக்கு இருந்தது.

1768-ம் ஆண்டு இத்தாலியர்கள், கோர்ஸிகாவை பிரான்ஸுக்கு விற்கத் தீர்மானித்தார்கள்.

இதையடுத்து கோர்ஸிகாவை ஆக்கிரமித்திருந்த இத்தாலியப் படைகள், மூட்டை கட்டிக்கொண்டு ஊரைப் பார்க்கக் கிளம்பினார்கள். அடுத்த கப்பலில், பிரெஞ்சுக்காரர்கள் வந்து இறங்கி, ஆட்சி செய்ய ஆரம்பித்தார்கள்.

கோர்ஸிகர்களைப் பொறுத்தவரை, வழக்கம்போல் ஒரு 'முதலாளி' கிளம்பி, இன்னொரு 'முதலாளி' வந்திருக்கிறான். சுதந்தரம் என்னவோ கண்ணுக்கு எட்டுகிற வழியைக் காணோம்.

ஆகவே, பெருமூச்சுடன் அவர்கள் மீண்டும் தங்களுடைய போராட்டத்தைத் தொடர்ந்தார்கள்.

இதைப் பார்த்த பிரெஞ்சுக்காரர்கள், கோர்ஸிகர்களை வேறு வழியில்தான் சமாளித்தாகவேண்டும் என்று முடிவெடுத்தார்கள். சுதந்தரப் போராட்டத்தை முன்னின்று நடத்தும் முக்கியஸ்தர்கள் யார் யார் என்று ஒரு பட்டியல் தயாரித்து, அதில் உள்ளவர் களையெல்லாம் தங்கள் பக்கம் இழுக்கும் முயற்சியில் இறங் கினார்கள்.

'எங்களை எதிர்த்துப் போராட்டத்தில் இறங்கியவர்கள் யார்மீதும் எங்களுக்குக் கோபம் இல்லை. எல்லோருக்கும் பொது மன்னிப்பு வழங்கிவிடுகிறோம். அதன்பிறகு, கோர்ஸிகாவுக்கு விடுதலை வேண்டுமா? அல்லது, உங்களுடைய குடும்பத்துக்குச் சௌக்யமும் சௌபாக்யங்களும் வேண்டுமா? நீங்களே யோசித்து முடிவு செய்துகொள்ளுங்கள்.'

இப்படி அவர்கள் ராஜதந்திரமாக வலை வீசியதில், போராளிகளில் ஏகப்பட்ட பேர் சிக்கிக்கொண்டார்கள். இதனால், கொஞ்சம் கொஞ்சமாக கோர்ஸிகா விடுதலைப் போராட்டத்தின் வலு, குறைய ஆரம்பித்தது. ஆக்கிரமிப்பாளர்களின் கை ஓங்கத் தொடங் கியது.

கார்லோ - லெடீஸியா தம்பதியினர் மொத்தம் பதின்மூன்று குழந்தைகளைப் பெற்றுக்கொண்டார்கள். இதில் ஐந்து குழந்தை கள் சிறு வயதிலேயே இறந்துவிட, அவர்களுக்கு மிஞ்சியது ஐந்து மகன்கள், மூன்று மகள்கள்.

இதில் இரண்டாவது மகனாகப் பிறந்த (1769, ஆகஸ்ட் 15) குழந்தைக்கு அவர்கள் வைத்த பெயர் 'நெப்போலியன்.'

கணக்கில்லாமல் பெற்றுக்கொண்டாலும் கார்லோவின் குடும் பம், அப்படியொன்றும் வசதியானது அல்ல. அவருடைய மிகச் சுமாரான வருமானத்தை வைத்து, எப்படியோ பத்துப் பேர் பசியாறவேண்டியிருந்தது. இதனால் செலவுகளைச் சமாளிக்க முடியாமல் திணறினார் கார்லோ.

இந்தச் சிரமச் சூழலில், பிரெஞ்சு ஆட்சியாளர்களுக்குப் பணிந்துபோவதைத்தவிர அவருக்கு வேறு வழி தெரியவில்லை. நாடு, சுதந்தரம் பெறுவது முக்கியம்தான். ஆனால் அதற்கு முன்னால், வீடு நன்றாக இருக்கவேண்டுமே என்று யோசித்த அவர், கட்சி மாறத் தீர்மானித்துவிட்டார்.

அந்த விநாடியிலிருந்து, போனபர்ட் குடும்பத்தின் தலையெழுத்து மாறிவிட்டது. கார்லோவுக்கு நல்ல சம்பளத்தில் வேலை கிடைத்தது, ஏகப்பட்ட சலுகைகள் கிடைத்தன, ஆட்சியாளர்களிடையே அவருக்கு நல்ல மரியாதையும் கௌரவமும் அளிக்கப்பட்டது.

இதுதவிர, அப்போதைய கோர்ஸிகா கவர்னருடன் கார்லோ குடும்பத்தினருக்கு நல்ல நட்பு ஏற்பட்டிருந்தது. ஆகவே அவரும் இவர்களுக்குத் தன்னால் முடிந்த உதவிகளையெல்லாம் செய்து தர விரும்பினார்.

அவருடைய முயற்சியால், கார்லோவின் இரண்டு மகன்கள், ஒரு மகளுக்கு பிரான்ஸின் மிகப் பெரிய பள்ளிகளில் சேர்ந்து படிக்கும் வாய்ப்பு கிடைத்தது. 'மிஸ்டர். கார்லோ, நீங்கள் ஒரு பைசா செலவழிக்கவேண்டியதில்லை. உங்கள் பிள்ளைகளின் படிப்புக்குத் தேவையான எல்லாச் செலவுகளையும் பிரெஞ்சு அரசாங்கமே ஏற்றுக்கொள்ளும்' என்று பிரெஞ்சு அதிகாரிகள் கூற, கார்லோ மகிழ்ச்சியில் கரைந்துவிட்டார்.

ஆனால், பிரச்னை என்னவென்றால், அவரது மகன்கள் யாருக்கும் பிரெஞ்சு மொழிப் பேசத் தெரியாது. அதனால் கார்லோவின் மகன்கள் ஜோசஃப், நெப்போலியன் இருவரும், மூன்றே மாதங்களுக்குள் கஷ்டப்பட்டு அந்த மொழியைப் பேசக் கற்கவேண்டியிருந்தது.

அப்போது ஜோசஃபுக்கு வயது பதினொன்று, நெப்போலியனுக்கு ஒன்பது. அவர்கள் பேசிய அரைகுறை பிரெஞ்ச் பாஷையில், நிறையவே இத்தாலிய வாசனை அடித்தது. ஆனாலும், இப்போதைக்கு இது போதும் என்று தீர்மானித்த கார்லோ, பையன்களை அழைத்துக்கொண்டு பாரிஸுக்குக் கிளம்பினார்.

கார்லோவின் மூத்த மகன் ஜோசஃப், பாதிரியார்களுக்கான பள்ளியில் சேர்க்கப்பட்டான். இரண்டாவது மகன் நெப்போலியன், ப்ரெய்னெ (brienne) என்ற ஊரிலிருந்த ராணுவப் பள்ளியில் சேர்ந்தான்.

பத்து வயதுகூட நிறையாத சின்னப் பையனுக்கு, ராணுவத்தைப் பற்றி என்ன தெரியும்? புதிய சூழலில், புரியாத பாஷையில், முதன்முறையாகத் தாய், தந்தை, சகோதரர்களையெல்லாம் விட்டுப் பிரிந்து வந்து இருக்கவேண்டுமென்றால் எவ்வளவு கஷ்டம்?

போதாக்குறைக்கு, நெப்போலியனுடன் படித்த மற்ற பையன் கள் எல்லோரும், அவனைக் கண்டபடி கேலி செய்தார்கள். விலை குறைவான, மட்டமான ஆடைகளை அணிவது, இத்தாலிய மொழி உச்சரிப்பில் பிரெஞ்ச் மொழி பேசுவது, குடும்பப் பின்னணி, ஏழைமைக் காரணமாகச் சிக்கனமாகச் செலவு செய்வது என, அவன் சம்பந்தப்பட்ட ஒவ்வொரு விஷயமும் அவர்களுக்குக் கிண்டலாகவே தெரிந்தது.

அவன் கோர்ஸிகாவிலிருந்து வந்திருக்கிறான் என்று தெரிந்த பிறகு, அவர்கள் நெப்போலியனை மேலும் அவமானப்படுத் தினார்கள், எல்லாவிதத்திலும் அவனைத் தங்களைவிடத் தாழ்வாக நடத்த ஆரம்பித்தார்கள்.

தினந்தோறும் நடந்த இந்தச் சீண்டல்களை நெப்போலியனால் சமாளிக்க முடியவில்லை.

பொறுத்துப் பொறுத்துப் பார்த்த நெப்போலியன், கடைசியில் தன்னுடைய தந்தைக்கு ஒரு கடிதம் எழுதினான். அந்தக் கடிதத்தில், 'இந்தப் பையன்கள் என்னை மிக மோசமாக நடத்து கிறார்கள். நான் ஏன் இவர்களுக்குப் பணிந்துபோகவேண்டும்?' -என்று தன்னுடைய வேதனை, ஆங்காரத்தையெல்லாம் கொட்டியிருந்தான் அவன்.

அந்தக் கடிதத்தை எழுதியபோதே, இனிமேல் தனக்கு இந்தப் பள்ளி வேண்டாம் என்று மனத்தளவில் முடிவு செய்துவிட்டான் நெப்போலியன். ஆனால், அப்போதைய நிலைமையில், நெப்போலியனை மீண்டும் தங்களிடம் அழைத்துக்கொள்ள அவர்களுக்கு விருப்பமில்லை.

'நீ அங்கேயே தங்கிப் படிப்பதுதான் நல்லது' என்று தன் மகனுக்குப் பதில் கடிதம் எழுதிவிட்டார் கார்லோ. வேதனையைத் தனக்குள் விழுங்கிக்கொண்டு, படிப்பைத் தொடர்ந்தான் நெப்போலியன். அதன்பின்பு முடிந்தவரை அவர்களுடன் சேராமல் ஒதுங்கிப்போக ஆரம்பித்தான்.

கொஞ்சம் கொஞ்சமாக, அந்தப் பள்ளியில் நெப்போலியனுடன் பேசுவதற்கு, பழகுவதற்கு யாருமே இல்லை என்கிற நிலைமை உருவாகிவிட்டது. வலுக்கட்டாயமாகத் தன்னைச் சுற்றிலும் ஒரு தனிமை வளையத்தை உருவாக்கிக்கொண்டான்.

அப்போதுதான், புத்தகங்களின் உலகம் நெப்போலியனுக்கு அறிமுகமானது. அவனைச் சீண்டாமல், குடும்பப் பின்னணியை, ஏழைமையைச் சுட்டிக்காட்டி கேலி செய்யாமல் அமைதியாகக் கதை சொல்லும் இந்தத் தோழர்களை அவனுக்கு மிகவும் பிடித்திருந்தது.

அதன்பிறகு, நெப்போலியன் ப்ரெய்னெ பள்ளியில் படித்த ஐந்து வருடங்களும், புத்தகங்கள்தான் அவனுடைய முழு நேர நண்பர்களாக இருந்தார்கள். பாடப் புத்தகங்களுக்கு வெளியிலும் பல நல்ல விஷயங்களைத் தேடிப்பிடித்துப் படிக்கத் தொடங் கினான் அவன்.

குறிப்பாக, கணிதம், வரலாறு, அரசியல், ராணுவம் ஆகியவற் றில் அவனுக்கு மிகுந்த ஆர்வம் உண்டானது. இந்தத் துறைகள் சார்ந்த பல நல்ல புத்தகங்களைப் படித்துக் குறிப்புகள் எடுத்துக் கொண்டான். உலக வரலாறைப் படிக்கப் படிக்க, நெப்போலிய னின் மனம் விரிவடையத் தொடங்கியது.

பல்வேறு நாடுகள், அவற்றின் சமூக, கலாசாரப் பின்னணி, அவர்கள் எப்போது யாரிடம் அடிமைப்பட்டார்கள், அதிலிருந்து எப்படி விடுபட்டார்கள் என்றெல்லாம் ஆவலோடு படித்துத் தெரிந்துகொண்டான் நெப்போலியன். உலக வரைபடத்தைப் பிரித்துவைத்துக்கொண்டு, எந்த நாடு எங்கே இருக்கிறது, அதற்குக் கடல்வழியே, தரைவழியே எப்படிச் செல்வது, ஒவ்வொரு நாட்டிலும் எந்தெந்தப் பகுதிகள் எப்படிப்பட்டவை என்றெல்லாம் நுணுக்கமாக ஆராய்ந்தான்.★

ஒருமுறை தன்னுடைய சொந்த தேசமான கோர்ஸிகாவின் வரலாறை முழுமையாகப் படித்துத் தெரிந்துகொள்ளும் வாய்ப்பு, நெப்போலியனுக்குக் கிடைத்தது. கோர்ஸிகாவை

★ பத்து வயதில் கற்றுக்கொண்ட இந்த வாசிப்புப் பழக்கம், நெப்போலியன் சாகும்வரை தொடர்ந்தது. போர்க் களங்களுக்குச் செல்லும்போதுகூட, நெப்போலியனின் தாற்காலிகத் தங்குமிடங்களில் சில பெட்டிகளில் புத்தகங்கள் இருக்கும்.

பின்னாள்களில் தான் பங்குபெற்ற பல போர்களில், நெப்போலியன் அறிமுகப்படுத்திய புதுப்புது உத்திகள் அனைத்தும், புத்தகங்களில் படித்துத் தெரிந்துகொண்டவைதான்.

அடிமைப்படுத்தியிருக்கிற பிரான்ஸிடம், தான் சலுகை பெற்றுப் படித்துக்கொண்டிருப்பது அவனுக்கு மிகவும் அவமானமாக இருந்தது.

பிரான்ஸ் பற்றிய தனது தனிப்பட்ட எண்ணங்களையெல்லாம் மனத்துக்குள் கசப்புடன் விழுங்கிக்கொண்டான். ஆனால் அதேசமயம், அதன்பிறகு எப்போதும் அவனுக்குத் தன்னைப் படிக்கவைக்கிற பிரெஞ்ச் அரசர் / அரசாங்கத்தின்மீது விசுவாச உணர்வு உருவாகவில்லை.

நெப்போலியன் பதினைந்து வயதிலேயே, தன்னுடைய சக மாணவர்களைக்காட்டிலும் ராணுவம், போர் முறைகளைப்பற்றி நிறைய படித்துத் தெரிந்துகொண்டிருந்தான். அதையெல்லாம் நிஜத்தில் செயல்படுத்திப்பார்ப்பதற்காக, பல புதுமையான விளையாட்டுகளைக் கண்டறிந்தான்.

குளிர்காலத்தில் பெய்கிற பனியைக்கொண்டு, நெப்போலிய னும் அவனுடைய தோழர்களும் பொம்மைக் கோட்டை ஒன்றைக் கட்டுவார்கள். அதன்பிறகு, அந்தக் கோட்டைக்குள் சிலர், அதற்கு வெளியே சிலர் என்று இரண்டு குழுக்களாகப் பிரிந்துகொள்வார்கள்.

பொம்மைக் கோட்டையைத் தாக்கித் தகர்ப்பதுதான் நெப்போலி யனின் நோக்கம். எதிர் அணியில் இருக்கிறவர்கள், அந்தத் தாக்கு தலைத் தடுத்து, தங்களுடைய கோட்டையைக் காப்பாற்ற வேண்டும்.

இதற்காகத் தன்னுடைய அணியில் இருக்கும் மற்ற மாணவர் களுக்குப் பயிற்சி கொடுத்துத் தயார் செய்வது, தாக்குதலுக்குத் திட்டமிடுவது, சூழ்நிலைக்கேற்ப அதில் மாற்றங்கள் செய்து செயல்படுத்துவது என்று ஒவ்வொரு விஷயத்திலும் நெப்போலி யன் மிகக் கவனமாக ஈடுபடுவான்.

இதனால், வெளியிலிருந்து பார்க்கிறவர்களுக்கு அது ஒரு விளை யாட்டாகத் தோன்றாது. நிஜமாகவே ஒரு கோட்டையைக் கைப் பற்ற விரும்புகிறவர்கள் எப்படியெல்லாம் யோசிப்பார்கள் என்று கற்பனை செய்து, அதற்காகத் தான் புத்தகங்களில் படித்துத் தெரிந்து கொண்ட போர் நுணுக்கங்களையெல்லாம் பயன்படுத்துவான் நெப்போலியன்.

ராணுவத்தில் ஒரு சாதாரணப் படை வீரனாகச் சேருகிற வயது, தகுதிகூட அப்போது அவனுக்கு இல்லை. ஆனாலும், மனத்தில் ஒரு போர்த் தளபதிபோல் வாழ்ந்துகொண்டிருந்தான் அவன்.

1784-ம் ஆண்டு, தனது ராணுவப் பள்ளிப் படிப்பை நிறைவு செய்தான் நெப்போலியன். அடுத்து, பாரிஸ் நகரின் 'ராயல் மிலிட்டரி ஸ்கூல்' என்ற இன்னொரு பள்ளியில் மேற்படிப்புக்குச் செல்லத் தேர்ந்தெடுக்கப்பட்டான்.

'ராயல் மிலிட்டரி' பள்ளியில் சேர்கிற மாணவர்கள், அங்கே இரண்டு வருடங்கள் படிக்கவேண்டியிருக்கும். ஆனால், நெப்போலியன் ஒரே வருடத்தில் அங்கிருந்து வெளியேற வேண்டியதாகிவிட்டது.

காரணம், பிரான்ஸ் ராணுவத்துக்கு அவசரமாக, மிக அவசர மாகப் பெரும் எண்ணிக்கையில் போர் வீரர்கள் தேவைப்பட்டார் கள்.

அந்தத் தேசத்துக்கு வெளியே போர் நெருப்பும், உள்ளே புரட்சி நெருப்பும் பற்றி எரிந்துகொண்டிருந்தது.

போர் வீரன்

'எனக்குப்பிறகு, இங்கே ஒரு பிரளயம்தான் நடக்கப்போகிறது' என்றார் பிரான்ஸ் அரசர் பதினைந்தாம் லூயி (Louis XV).

கடைசிக் காலத்தில் அவர் சொன்ன இந்த வார்த்தை கள், அடுத்த கால் நூற்றாண்டுக்குள் நிஜமாகிவிட் டன. அவருக்குப்பிறகு ஆட்சிக்கு வந்த பதினாறாம் லூயியை எதிர்த்து, மக்கள் பெரும் கிளர்ச்சிகளில் ஈடுபடத் தொடங்கினார்கள்.

மன்னராட்சியின் கீழ், காலம் காலமாக அடிமைப் பட்டுக் கிடந்த மக்கள், திடீரென்று கையில் கத்தியைத் தூக்கியபோது, பதினாறாம் லூயியால் ஒன்றும் செய்ய இயலவில்லை.

இத்தனைக்கும், இந்தப் புரட்சி திடீரென்று ஒரு ராத்திரியில் திட்டமிடப்பட்ட நிகழ்வு அல்ல. பல ஆண்டுகளாக, பல தலைமுறைகளாக மக்கள் மனத்தினுள் பொங்கிக்கொண்டிருந்த ஆவேசம்.

2

இப்போது வெடித்துச் சிதறி, அரசாட்சியை ஆட்டம் காணச் செய்துவிட்டது.

இந்த பிரெஞ்சுப் புரட்சியின் பின்னணியைக் கொஞ்சம் சுருக்கமாகப் பார்த்துவிடலாம்.

அன்றைய பிரான்ஸ் சமூகத்தில், மூன்று வர்க்கத்தினர் இருந்தார் கள். இவர்களை 'எஸ்டேட்' என்று அழைப்பார்கள். முதல் எஸ்டேட், இரண்டாவது எஸ்டேட், மூன்றாவது எஸ்டேட்.

முதல் எஸ்டேட் என்பது, சர்ச் / திருச்சபையைச் சார்ந்த தலைவர் கள், மத குருமார்களைக் குறிக்கிறது. இரண்டாவது எஸ்டேட் என்றால், 'உசத்தி' வம்சங்களில் பிறந்த 'பிரபு'க்கள், இவர் களைத்தவிர மிச்சமிருக்கும் எல்லோரும், மூன்றாவது எஸ்டேட்.

மக்கள்தொகை அடிப்படையில் பார்த்தால், பிரான்ஸில் நூற்றுக்குத் தொண்ணூறு பேர் மூன்றாவது எஸ்டேட் வகையில் தான் அடங்குவார்கள். ஆனால், மீதமிருந்த பத்து சதவிகித மக்கள்தான், இந்தப் பெரும்பான்மையினரை அடக்கி ஆட்சி செய்துகொண்டிருந்தார்கள்.

அதாவது சில லட்சம் பேர் சௌக்யமாக வாழ்வதற்காக, கோடிக்கணக்கான பிரெஞ்சுக் குடிமக்கள் ஒடுக்கப்பட்டார்கள். அதுவும் ஒரு வருடம், இரண்டு வருடம் அல்ல, பல நூற்றாண்டு களாக.

மத குருமார்களும் பிரபுக்களும் சகல வசதிகளுடன் ஆடம்பரத் தில் திளைத்தனர். சமூகத்தில் ஏற்ற தாழ்வுகள் மிக மிகப் பிரும்மாண்டமானவையாகப் பல்லிளித்தன. பிரான்ஸ் அரசர்களும், இந்த மூன்று வர்க்கத்தினரைச் சமமாக மதிக்க வில்லை. காரணம், அவர்கள் தங்களுடைய ஆட்சியைத் தொடர் வதற்கு, முதல், இரண்டாம் எஸ்டேட் பேர்வழிகளின் தயவு தேவைப்பட்டது.

மூன்றாம் எஸ்டேட் அப்பாவிகள் மற்றவர்களுக்காகப் பிரும் மாண்டமாக உழைத்தார்கள். ஆனால் பிச்சைக்காரர்கள்போல் வாழ்ந்தார்கள். இவைபோக அரசாங்கத்துக்கு ஏகப்பட்ட வரி, சர்ச்சுக்கு நன்கொடை, நில உரிமையாளர்களாகிய 'லார்ட் லபக்தாஸ்' பிரபுக்களுக்கு விளைச்சலில் பங்கு - என்று கஷ்டத் தின் உச்சகட்டத்திலேயே ஒவ்வொருநாளும் வாழ்ந்தார்கள்.

பல தலைமுறைகளாக இந்த அடக்குமுறைகளையெல்லாம் சகித்துக்கொண்டிருந்த பெரும்பான்மை மக்கள், ஒரு கட்டத்தில் யோசிக்க ஆரம்பித்தார்கள். இவர்களுடைய ஆடம்பரத்துக்கு நாம் ஏன் உழைப்பையும் காசையும் கொட்டிக் கொடுக்க வேண்டும்?

பிரான்ஸ் மக்களிடையே இந்தச் சிந்தனைகளை உருவாக்கி, ஊட்டி வளர்த்த அறிஞர்கள், ரூஸோ (Jean Jacques Rousseau), வால்டேர் (Voltaire / Francois-Marie Arouet), டிட்ராட் (Denis Diderot), மான்டேஸ்க்யு (Baron DeMontesquieu) முதலியோர்.

அப்போதைய பிரெஞ்சு அரசர் பதினாறாம் லூயி, இந்தப் புரட்சி சாத்தியங்களை முழுமையாக உணர்ந்திருக்கவில்லை. ஆகவே, எப்போதும்போல் மூன்று வர்க்கத்தினரையும் அனுசரித்துக் கொண்டு போகத்தான் விரும்பினார் அவர்.

ஆனாலும், முதல் இரண்டு வர்க்கத்தினரிடம் அவருக்குக் கொஞ்சம் பயம் இருப்பது வெளிப்படையாகத் தெரிந்தது. இதனால், தேசிய சபை, புதிய ஆட்சி முறைகள் என்று அவர் அறிமுகப்படுத்திய சீர்திருத்தங்கள் எல்லாமே, கடைசியில் மூன்றாம் எஸ்டேட் மக்களை நசுக்கும் முயற்சிகளாகத்தான் தோன்றியது.

ஏமாற்றத்திலும் கோபத்திலும் பொங்கிய பெரும்பான்மை மக்கள், அரசர் ஆட்சியின்மீது வெறுப்பு கொண்டார்கள். முதன் முறையாக, 'பிரான்ஸுக்கு ராஜாவெல்லாம் வேண்டாம், எங்களை நாங்களே ஆட்சி செய்துகொள்கிறோம்' என்று ஆயுதம் ஏந்திப் புரட்சி பண்ண ஆரம்பித்தார்கள்.

இதனிடையே, 1785-ம் ஆண்டு பாரிஸ் 'ராயல் மிலிட்டரி' பள்ளியிலிருந்து தேர்ச்சிபெற்று வெளியே வந்த நெப்போலியனுக்கு, உடனடியாக பிரெஞ்சு ராணுவத்தில் வேலை கிடைத்தது. அப்போது அவனுக்கு வயது பதினாறு.

தன்னுடைய புத்தம் புது ராணுவச் சீருடையைப் பெருமிதத்தோடு அணிந்துகொண்டு, போர்வாளை இடுப்பில் கட்டிக்கொண்டான் அவன்.

தன்னுடைய தாயகமான கோர்ஸிகாவை ஆக்கிரமித்திருக்கிற பிரெஞ்சு அரசாங்கத்தின்கீழ் வேலைக்குச் சேர்வதில் நெப்போலியனுக்கு எந்தவிதமான தயக்கமும் இல்லை.

‘இந்த வாள், பிரான்ஸ் நாட்டுக்குச் சொந்தமானது. ஆனால், இதன் கூர்மை எனக்குச் சொந்தமானது’ என்று நினைத்துக்கொண் டான் அவன்.

நெப்போலியன் பிரெஞ்சு அரசாங்கத்திடம் சம்பளம் பெற்றானேதவிர, அவர்களுக்கு விசுவாசமானவனாக இல்லை. கோர்ஸிகாவில் அதே பிரெஞ்சுக்காரர்களை எதிர்த்து ஆயுதம் ஏந்துவதற்கு அவன் மனத்தளவில் தயாராகிக்கொண்டிருந்தான்.

இதனால், பிரெஞ்சுப் புரட்சி தீவிரமடைந்தபோது, தான் எந்தப் பக்கம் சேரவேண்டும் என்பதில் நெப்போலியனுக்கு எந்த விதமான குழப்பமும் இல்லை. நடக்கிற ஆட்சியில் என்னென்ன பிரச்னைகள் என்பதைப் படித்துக் கேட்டுத் தெரிந்துகொண் டிருந்த நெப்போலியன், மக்களின் புரட்சி ஜெயிக்கவேண்டும் என்றுதான் விரும்பினான்.

ஆனால், பிரெஞ்சுப் புரட்சியில் நெப்போலியன் நேரடியாகவும், தீவிரமாகவும் ஈடுபடவே இல்லை. இதற்குக் காரணம், புரட்சியில் ஈடுபட்டிருந்த இரண்டு கட்சிக்காரர்களும், அவனைப் பொறுத்தவரை மூன்றாம் நபர்கள்தான்.

இதே புரட்சியை, கோர்ஸிகாவிலும் அறிமுகப்படுத்தினால் என்ன என்று யோசித்தான் நெப்போலியன். அங்கேயும் இதே பிரெஞ்சு அரசாங்கம்தானே? பிரான்ஸ் மக்களால் தங்களுடைய அரசாட்சியைத் தூக்கி எறியமுடியுமானால், கோர்ஸிகா மக்களால் முடியாதா என்ன?

இதைப்பற்றி மேலும் யோசிக்க யோசிக்க, நெப்போலியனுக் குள் நம்பிக்கை பெருகியது. பிரெஞ்சுப் புரட்சியை கோர்ஸிகா வரை நீட்டிக்கமுடியும், தன்னுடைய தேசத்திலும் இப்படி ஒரு மாற்றத்தைக் கொண்டுவரமுடியும் என்று உறுதியாக நினைக்கத் தொடங்கினான்.

நெப்போலியன், ராணுவப் பள்ளியில் படித்துக்கொண்டிருந்த போது, அவனுடைய தந்தை கார்லோ போனபர்ட் மரணமடைந் திருந்தார். வீட்டின் மூத்த மகன் ஜோசஃப் இன்னும் சம்பாதிக்கத் தொடங்கவில்லை. ஆகவே, அத்தனை பெரிய குடும்பத்தைக் காப்பாற்றவேண்டிய பொறுப்பு நெப்போலியன் தலையில் விழுந்திருந்தது. புரட்சி, புடலங்காய் என்று யோசித்து, இருக் கின்ற ராணுவ வேலையையும் விட்டுவிடமுடியாது.

ஆகவே, தன்னுடைய புரட்சி நோக்கங்களை வெளிப்படையாகக் காட்டிக்கொள்ளாமல், 'உடம்பு சரியில்லை' என்று லீவ் போட்டுவிட்டு, கோர்ஸிகாவுக்குக் கிளம்பினான்.

கோர்ஸிகாவில், பயோலி தலைமையிலான சுதந்தரப் போராட்டம் இன்னும் நடந்துகொண்டிருந்தது. அந்தப் படையில் தன்னையும் ஆர்வத்தோடு இணைத்துக்கொண்டான் நெப்போலியன்.

அப்போது பயோலிக்கு வயது, அறுபத்தைந்தைத் தாண்டியிருந்தது. அத்தனை ஆண்டுகளாகத் தொடர்ந்து இத்தாலியர்களோடும் பிரெஞ்சுக்காரர்களோடும் சண்டையிட்டதில், மிகவும் தளர்ந்து போயிருந்தார் அவர். முழுச் சுதந்தரம் கிடைக்காவிட்டாலும் பரவாயில்லை, பிரெஞ்சு அரசாங்கத்தின்கீழ் கோர்ஸிகா தனித்து இயங்குகிற உரிமையைக் கொடுத்தால்கூட போதும் என்கிற மனோநிலைக்குத் தள்ளப்பட்டிருந்தார்.

ஆனால், நெப்போலியனுக்கு இதில் கொஞ்சமும் சம்மதம் இல்லை. அரைகுறைச் சுதந்தரமெல்லாம் யாருக்கு வேண்டும்? பிரெஞ்சுக்காரர்களை மொத்தமாக வெளியே துரத்திவிட்டுதான் மறு வேலை என்று துடித்தான்.

'தம்பி, நீ பிறப்பதற்கு முன்னாலிருந்தே, இதையெல்லாம் நான் முயன்று பார்த்துவிட்டேன், நம்முடைய பப்பு இங்கே வேகாது' என்று நெப்போலியனுக்குப் பொறுமையாக எடுத்துச் சொல்ல விரும்பினார் பயோலி. ஆனால், அதையெல்லாம் கேட்கிற நிலைமையில் நெப்போலியன் இல்லை.

மாபெரும் பிரெஞ்சு சாம்ராஜ்ஜியத்திடம் பயிற்சி பெற்றவன் அவன். அதே பயிற்சியைப் பயன்படுத்தி, அவர்களை முறியடிக்கப்போகிறான், கோர்ஸிகாவுக்குச் சுதந்தரம் வாங்கித் தரத் திட்டமிட்டான்.

கோர்ஸிகாவில் எத்தனை பிரெஞ்சுப் போர் வீரர்கள் இருக்கிறார்கள், அவர்களை முறியடிக்கவேண்டுமானால் நாம் எவ்வளவு பெரிய படையைத் திரட்டவேண்டியிருக்கும், அவர்களோடு எங்கே போரிடுவது நமக்கு நல்லது, பிரான்ஸிலிருந்து கூடுதல் படைகள் வந்தால், அவற்றைத் தடுத்துச் சமாளிப்பது எப்படி என்று பல கோணங்களில் சிந்தித்து, மனத்துக்குள் போர் நடத்திப் பழகிக்கொண்டிருந்தான்.

அவனுடைய சிந்தனை வேகம், யதார்த்தத்துக்குப் பொருந்த வில்லை. ஆகவே, நெப்போலியன் விரும்பியதைக்காட்டிலும் மிக மெதுவாகவே பிரான்ஸ் ஆக்கிரமிப்புக்கு எதிரான படையைத் திரட்டமுடிந்தது.

இதற்குள், நெப்போலியனின் விடுமுறை முடிந்துவிட்டது. ஆகவே, அரைமனத்தோடு பிரான்ஸுக்குத் திரும்பினான் அவன்.

அங்கேயும் அவனுக்கு இருப்புக் கொள்ளவில்லை. பிரான்ஸ் தெருக்களில் தினந்தோறும் அரங்கேறுகிற புரட்சிக் காட்சிகளைப் பார்க்கையில், அவனுக்குக் கோர்ஸிகாவின் நினைப்புதான் வந்தது. உடனே மீண்டும் லீவ். மீண்டும் கோர்ஸிகா. இப்படி பிரான்ஸுக்கும் கோர்ஸிகாவுக்கும் நடுவே சீஸன் டிக்கெட் வாங்காத குறையாக அடிக்கடி பயணம் செய்துகொண்டிருந்தான். கொஞ்ச காலம் போர் வீரன், மிச்ச நேரம் புரட்சிக்காரன் என்கிற 'இரட்டை வேடம்' அவனுக்குக் கச்சிதமாகப் பொருந்தியது.

சாதாரணமாக, படை வீரர்களில் யாரேனும் இப்படி அடிக்கடி விடுமுறையில் சென்றால், அவர்களுக்கு நிரந்தரமாகச் சீட்டுக் கிழித்துவிடுவார்கள். ஆனால், அதிர்ஷ்டவசமாக, நெப்போலிய னின் நீஈஈண்ட விடுமுறைகளையெல்லாம் கவனித்து விசாரிப் பதற்கு, அப்போது பிரெஞ்சு ராணுவத்தில் யாருக்கும் நேரம் இல்லை.

ஆகவே, *1786*-ம் ஆண்டில் தொடங்கி, *1792* வரையிலான ஆறு வருடங்களில் பெரும்பகுதியை கோர்ஸிகாவில்தான் கழித்தான். கொஞ்சம் கொஞ்சமாக உள்ளூரிலும், சுதந்தரப் போராளிகள் மத்தியிலும் அவனுக்கு ஆதரவு பெருகிக்கொண்டிருந்தது.

இதனால், பழைய தலைவர் பயோலிக்கும், புதுப் பிரபலமான நெப்போலியனுக்கும் இடையே விரிசல் உண்டாகிவிட்டது. முறைப்படி ராணுவப் பயிற்சி பெற்ற நெப்போலியனின் தலைமையை ஏற்று, பல கோர்ஸிகர்கள் அணி திரண்டார்கள். இதையடுத்து, இருவருடைய ஆதரவாளர்களும் பிரிந்து, தனித் தனியே இயங்கத் தொடங்கினார்கள்.

நெப்போலியன், பிரெஞ்சுப் படைகள்மீது ஒரு பெரிய தாக்கு தலுக்குத் திட்டமிட்டான். ஆனால், நெப்போலியனும் அவனது ஆதரவாளர்களும் ஆயுதங்களைத் தூக்கிக்கொண்டு ஓர் அடி முன்னே வைப்பதற்குள், எதிரிகள் அவர்களைச் சுற்றி வளைத்துப் பிடித்துவிட்டார்கள்.

தன்னுடைய முதலாவது 'போர்' முயற்சி இப்படிப் படுதோல்வி அடைந்ததை மிகப் பெரும் அவமானமாகக் கருதிய நெப்போலியன், எங்கே தப்பு நடந்தது, அதனை எப்படிச் சரி செய்யலாம் என்று தீவிரமாக சிந்திக்க ஆரம்பித்தான்.

கெட்டதிலும் ஒரு நன்மை, இந்தத் தாக்குதலைப்பற்றிக் கேள்விப்பட்ட பிரெஞ்சு ஆட்சியாளர்கள், 'கோர்ஸிகாவில் என்னதான் நடக்கிறது?' என்று விசாரிக்கத் தொடங்கினார்கள். இதையடுத்து, உள்ளூர் மக்களின் எதிர்பார்ப்புகள், கோரிக்கை களைப்பற்றிய ஒரு தகவல் அறிக்கை, பாரிஸுக்கு அனுப்பி வைக்கப்பட்டது.

தோல்வியால் முடங்கிப்போக விரும்பாத நெப்போலியனுக்கு, இந்த அறிக்கை விஷயம் கொஞ்சம் தெம்பளித்தது. விஷயம் மேலிடத்துக்குச் சென்றுவிட்டது, இனிமேல் கோர்ஸிகாவுக்குச் சுதந்தரம் கிடைத்துவிடும் என்று எதிர்பார்க்கத் தொடங்கினான்.

ஆனால், பாரிஸிலிருந்து பதில் கடிதம் வந்தது. 'பிரான்ஸின் மற்ற பகுதிகளைப்போல்தான் கோர்ஸிகாவும். மற்றவர்களுக்கு உள்ள எல்லா உரிமைகளும் கோர்ஸிகர்களுக்கும் உண்டு. ஆனால், அதனைத் தனி நாடாகக் கருதிச் சுதந்தரம் கொடுப்பதெல்லாம் சாத்தியமில்லை.'

விடுதலைக் கனவுகளில் மூழ்கியிருந்த நெப்போலியனுக்கு, இந்தக் 'கறார்'க் கடிதம் மிகப் பெரிய அதிர்ச்சியாக இருந்தது. 'உங்களுக்குச் சுதந்தரமெல்லாம் தரமுடியாது' என்று ஒருவன் சொல்கிறான். உடனே, ஊரில் எல்லோரும் அவனை எதிர்த்துக் கத்தியைத் தூக்கவேண்டாமோ? ஆனால், இதற்கு நேரெதிராக, பெரும்பான்மை கோர்ஸிகர்கள், பிரெஞ்சு அரசாங்கத்தின் இந்த அங்கீகாரத்தை மகிழ்ச்சியோடு ஏற்றுக்கொண்டார்கள். இந்தச் சொரணையின்மையைத்தான் நெப்போலியனால் பொறுத்துக் கொள்ளமுடியவில்லை.

இத்தனை ஆண்டுகளாகத் தங்களை எதிர்த்து விடுதலைப் போராட்டத்தில் ஈடுபட்டிருந்த எல்லோருக்கும், பிரெஞ்சு அரசாங்கம் பொது மன்னிப்பு வழங்கியிருந்தது. இதனால், பல காலமாகத் தலைமறைவாக இருந்த பயோலி உள்ளிட்ட ஏராளமானவர்கள், தங்களுடைய ஊர்களுக்குத் திரும்பினார்கள்.

சுருக்கமாகச் சொன்னால், நெப்போலியன் கோஷ்டியைத்தவிர மற்ற எல்லோரும், பிரெஞ்சு அரசாங்கத்தின் ஒரு பகுதியாக

வாழத் தயாராகிவிட்டார்கள். அவர்களைப் பொறுத்தவரை, கோர்ஸிகாவின் விடுதலைப் போராட்டம் முடிந்துவிட்டது.

அப்போதும் பிரெஞ்சுக்காரர்களை விரட்டியடித்துவிட்டு, கோர்ஸிகர்கள் தங்களைத் தாங்களே ஆட்சி செய்துகொள்ள முடியும் என்கிற உறுதியான நம்பிக்கை நெப்போலியனுக்கு இருந்தது. ஆகவே, புதிய அரசியல் சூழ்நிலைகளையெல்லாம் பொருட்படுத்தாமல், தன்னுடைய ஆதரவாளர்களின் துணை யோடு போராட்டத்தைத் தொடர்ந்தான். ஆட்சியாளர்கள் மீதான சிறிய, பெரிய தாக்குதல்களுக்குத் திட்டமிட்டான்.

1792-ம் ஆண்டு, நெப்போலியன் தலைமையிலான படை ஒன்று, பிரெஞ்சுக்காரர்கள்மீது ஆயுதத் தாக்குதல் நடத்தி, அவர் களுடைய கோட்டையைக் கைப்பற்ற முயன்றது. ஆனால், தோல்விதான் கிடைத்தது.

முந்தைய தாக்குதல்களோடு ஒப்பிடும்போது, இந்த முறை நெப்போலியன் மிகக் கவனமாகத் தனது திட்டங்களைத் தயார் செய்திருந்தான். ஆனால், அதை ரகசியமாக வைத்துக்கொள்ளத் தவறிவிட்டான்.

இதனால், எதிர்க் கோஷ்டியைச் சேர்ந்தவர்கள் சிலரிடம், நெப்போலியனின் இந்தத் தாக்குதல் முயற்சி பற்றிய விவரங்கள் சிக்கிவிட்டன. அவர்கள்தான் பிரெஞ்சுக்காரர்களிடம் தன்னைக் காட்டிக்கொடுத்துவிட்டதாக நினைத்தான்.

அவனுடைய கோபம், கடுமையான வார்த்தைகளாகவும், செயல் களாகவும் வெளிப்பட்டது. இதன்மூலம், பயோலி மற்றும் அவருடைய ஆதரவாளர்களோடு, நெப்போலியன் சரிக்குச் சரியாக மோதவேண்டிய கட்டாயம் உண்டாகியது.

என்னதான் நெப்போலியன் மக்களிடையே ஓரளவு பிரபல மடைந்திருந்தாலும், பயோலியின் பிரும்மாண்டத்துக்குப் பக்கத்தில் அவன் ஒரு சின்னக் கொசு. இத்தனை ஆண்டுகளாகத் தங்களுடைய விடுதலைக்காகப் போராடியவர் என்கிறமுறை யில், கோர்ஸிகர்கள் அவர்மீது மிகுந்த மரியாதை வைத் திருந்தார்கள். ஆகவே, பயோலியை எதிர்த்து நெப்போலியன் என்ன சொன்னாலும், அது அவனுடைய பெயரைக் கெடுப்ப தாகவே அமைந்தது. இதனால் மக்கள் அவனை வெறுக்கத் தொடங்கினார்கள். அவனது ஆதரவாளர்கள், நண்பர்கள்,

குடும்பத்தினர் என்று எல்லோரையும் மக்கள் புறக்கணிக்கத் தொடங்கினார்கள்.

ஒருகட்டத்தில், மிகுந்த வேதனையோடு கோர்ஸிகாவிலிருந்து வெளியேறவேண்டிய நிலைமைக்குத் தள்ளப்பட்டான் நெப்போலியன். இருந்த சொற்ப சொத்துகளும் பறிபோயின. தாய் லெட்டீஸியா மற்றும் சகோதரர்கள், சகோதரிகளோடு பிரான்ஸுக்குக் கிளம்பினான்.

பாரிஸில் அவர்களை வரவேற்பதற்கு யாரும் இல்லை. பிரெஞ்சுப் படைக்கு எதிராக ஆயுதம் ஏந்திப் புரட்சி செய்தான் என்ற குற்றத் துக்காக, அவனுடைய ராணுவ வேலையும் பறிக்கப்பட்டிருந்தது.

இருந்தாலும் பிரான்ஸ்தான் இனி அவர்களுக்குச் சோறு போட வேண்டும். 'கோர்ஸிகா நாசமாகப் போகட்டும், நாம் அடுத்த வேளைச் சாப்பாட்டுக்கு வழியைத் தேடுவோம்' என்று முடி வெடுத்தான்.

நெப்போலியனின் நல்ல நேரம், கோர்ஸிகாவில் மண்ணைக் கவ்விய மக்கள் புரட்சி, இங்கே பிரான்ஸில் மிகப் பெரிய வெற்றி பெற்றிருந்தது. மன்னராட்சியைத் தூக்கி எறிந்துவிட்டு, மக்கள் தங்களுடைய பிரதிநிதிகளை ஆட்சியில் அமர்த்தியிருந்தார்கள். முடியாட்சி போயிருந்தது, குடியாட்சி வந்திருந்தது, டும் டும் டும்.

இந்த ஆட்சி மாற்றத்தால், நெப்போலியனுக்கு மீண்டும் ராணுவ வேலை கிடைத்தது. அப்போதைக்கு வயிற்றுப் பிரச்னை தீர்ந்தது.

இந்த நிலையில், பிரான்ஸில் பலருக்கு, இந்தப் புரட்சி ஆட்சி முழுத் திருப்தியளிக்கவில்லை. 'மக்களுடைய அரசாங்கம்' என்று வெண்ணெயாகப் பெயர் சூட்டிக்கொண்டு, மீண்டும் சில 'பெரும்புள்ளி'கள்தான் ஆட்சியில் ஆதிக்கம் செலுத்துகிறார்கள் என்பதைக் கவனித்து அவர்கள் எரிச்சலடைந்தார்கள்.

இதேபோல், வீழ்த்தப்பட்ட அரச குடும்பத்தின் ஆதரவாளர் களும் மிகுந்த கோபத்தில் இருந்தார்கள். எப்படியாவது இந்தப் புதிய அரசைக் கவிழ்த்துவிட்டு, மீண்டும் பிரான்ஸில் முடி யாட்சியைக் கொண்டுவந்துவிடவேண்டும் என்று அவர்கள் திட்டமிட்டுக்கொண்டிருந்தார்கள். அடிதடி, வெட்டுக் குத்து,

கொலை, கொள்ளை, கலவரங்கள் என்று பிரான்ஸ் பற்றி எரிந்துகொண்டிருந்தது.

இதையெல்லாம் பார்த்த நெப்போலியனுக்கு ஆச்சர்யம் தாங்க வில்லை. அதேசமயம் கஷ்டப்பட்டு அமைத்த மக்களாட்சியை, அவர்களே இழுத்துக் கீழே தள்ளிப் போட்டுடைத்துவிடுவார் களோ என்று கவலைப்பட்டான்.

இந்தக் காலகட்டத்தில்தான், நெப்போலியன் மக்களாட்சியின் வலிமையை, புரட்சி அரசாங்கத்தின் நன்மைகளை விவரிக்கும் வகையில் சிறுகதை ஒன்றை எழுதினான். அவனுடைய மேலதி காரிகள் பலர், அந்தக் கதையை வாசித்துப் பெருமைப்பட் டார்கள்.

நெப்போலியன் எழுதிய அந்தக் கதையை, அரசாங்கமே துண்டுப் பிரசுரங்களாக அச்சடித்து விநியோகித்தது. இதன்மூலம், ராணுவ, அரசியல் வட்டாரங்களில் அவனுடைய பெயர் பிரபல மடையத் தொடங்கியது.

ஆனால், நெப்போலியனின் நோக்கம், சிறுகதைகளும் நாவல் களும் எழுதி பிரெஞ்சு அரசாங்கத்திடம் 'சாஹித்ய அகாதெமி' விருது வாங்குவது அல்ல. ராணுவத்தில் உயர்ந்த பதவிக்குச் செல்லவேண்டும், மிகச் சிறந்த படைத் தளபதியாகப் பெயர் பெறவேண்டும். பல நாடுகளோடு போரிட்டு ஜெயிக்க வேண்டும் என்றெல்லாம் தனக்குள் ஆசைகளை வளர்த்துக் கொண்டிருந்தான் அவன்.

அதற்கான முதல் வாய்ப்பு, அவனுக்குக் கிடைத்தது ஒரு துரோகத்தின்மூலம்.

குட்டித் தலைவன்

அந்தத் துறைமுக நகரத்தின் பெயர் டுலான் (Toulon).

பிரான்ஸின் தென் பகுதிக் கடற்கரை, உலகப் படத்தில் ஒரு சின்ன மூக்கைப்போல அழகாக வளைந்திருக்கும் - அந்த மூக்கின் நுனியில் உள்ள டுலான், அந்நாட்டின் மிக முக்கியமான துறை முகங்களில் ஒன்று. தெற்கிலிருந்து கடல் வழியே அந்நாட்டினுள் நுழைய விரும்புகிறவர்கள் எல்லோருக்கும் டுலான்தான் நுழைவாயில், நம் ஊரில் பம்பாய்த் துறைமுகம்போல.

இதனால், டுலானுக்கு ராணுவ முக்கியத்துவம் அதிகம். கடல்வழித் தாக்குதலிலிருந்து அவர்கள் தங்களைப் பாதுகாத்துக்கொள்ளவேண்டுமானால், டுலான் துறைமுகத்தை பிரான்ஸ் தனது கட்டுப் பாட்டில் வைத்திருப்பது அவசியம்.

அப்போதைய ஐரோப்பாவின் சூப்பர் ஸ்டார் இங்கிலாந்து, மிகவும் பலமான கடற்படையைக்

3

கொண்டிருந்தது. கொஞ்சம் அசந்தால், கடற்கரை நெடுகிலும் வரிசையாகக் கப்பல்களைக் கொண்டுவந்து நிறுத்தி, பிரான்ஸை மொத்தமாகச் சிறைப்படுத்திவிடுவார்கள்.

ஏற்கெனவே உள்நாட்டுக் கலவரத்தில் திணறிக்கொண்டிருந்த பிரான்ஸ், அப்படியோர் ஆக்கிரமிப்புக்குத் தயாராக இல்லை. ஆகவே, முன்பு எப்போதையும்விட அதிகமாக, டுலானைப் பாதுகாக்கவேண்டிய அவசியம் அவர்களுக்கு ஏற்பட்டிருந்தது.

ஆனால், பிரான்ஸின் கெட்ட நேரம், டுலான் நகரத்தைச் சேர்ந்தவர்களுக்கு இந்தப் புரட்சியும் பிடிக்கவில்லை, புதிய அரசாங்கமும் பிடிக்கவில்லை. அவர்கள், பழைய போர்பன் (Bourbon) வம்சத்து லூயி மன்னர்களின் ஆட்சி மீண்டும் வரவேண்டும் என்று விரும்பினார்கள்.

டுலான் மட்டுமில்லை, அப்போதைய பிரான்ஸின் பல நகரங்கள் இப்படிப் புரட்சிக்கு எதிரான கருத்தைக் கொண்டிருந்தன. இதனால், புரட்சிக்கு எதிரான கலவரங்கள் நாடு முழுவதும் ஆங்காங்கே நடந்துகொண்டிருந்தன. நெப்போலியன் போன்ற படை வீரர்கள், இந்த எதிர்ப் புரட்சிகளைக் கட்டுப்படுத்தி, அடக்கும் பணியில் ஈடுபடுத்தப்பட்டிருந்தார்கள்.

மற்ற பகுதிகளில் நடக்கும் கலவரங்களைக்கூட, 'போனால் போகிறது' என்று அலட்சியப்படுத்திவிடலாம். டுலானை அப்படி நினைப்பதற்கில்லை. காரணம், பிரான்ஸின் கடல் சாவி அவர்களிடம் இருக்கிறது. புதிய ஆட்சியின்மீது கோபப்பட்டு, அவர்கள் எதிரிகளை உள்ளே அனுமதித்துவிட்டால், முதலுக்கே மோசமாகிவிடும்.

ஆனால், டுலான் நகர நிர்வாகம் அதைத்தான் செய்தது. இந்தப் புரட்சி ஆட்சியெல்லாம் எங்களுக்கு வேண்டாம், பழையபடி லூயிகளை ஆட்சிக்குக் கொண்டுவரவேண்டும், அதற்கான வழியைப் பாருங்கள் என்று பிரிட்டன், ஸ்பெயினுக்குக் கதவைத் திறந்துவிட்டார்கள்.

போதாதா? ஏகப்பட்ட கப்பல்களில் போர் வீரர்கள், ஆயுதங்கள், வெடி மருந்துகள் என்று கொண்டுவந்து குவித்துவிட்டது பிரிட்டன். அங்கே கம்பீரமாக உட்கார்ந்துகொண்டு, சுற்றியிருக்கிற பிரெஞ்சுப் பகுதிகளை ஆசையோடு பார்க்கத் தொடங்கினார்கள்.

பிரான்ஸின் அரசியல் நிலையற்றத் தன்மையைப் பயன்படுத்தி, அந்நாட்டை ஆக்கிரமித்துவிடலாம் என்பது இங்கிலாந்தின் ரகசியக் கணக்கு. இதற்கு வசதியாக, அவர்களை வெற்றிலை பாக்கு வைக்காதகுறையாக அழைத்து, உள்ளே அனுமதித்துவிட்டது டுலான்.

டுலான் துறைமுகத்தை இங்கிலாந்துப் படைகள் முழுமையாக ஆக்கிரமித்திருந்தன. உள்ளூர்க் கோட்டைகள் எல்லாம் பறிபோயின. உள்ளூர்க்காரர்களின் ஆசீர்வாதத்துடன், ஆயிரக் கணக்கான படை வீரர்கள் நன்றாக ஈஸி சேர் போட்டு அமர்ந்து கொண்டு, துப்பாக்கியும் கையுமாக ஓய்வெடுத்துக் கொண்டிருந்தார்கள்.

உடனடியாக ஏதேனும் செய்தாகவேண்டும் என்று பரபரத்தது பிரான்ஸ் ராணுவம்.

அவர்களுக்கு எதிராக, பிரான்ஸ் எத்தனை பெரிய படையைக் குவித்தாலும், இங்கிலாந்துக்குக் கவலை இல்லை. கடல் திறந்து கிடக்கிறது, எவ்வளவு கப்பல்களை வேண்டுமானாலும் அவர்களால் வரவழைக்கமுடியும்.

இத்தனை தடைகளைத் தாண்டி, டுலானை மீண்டும் கைப்பற்றுவது எப்படி? பிரான்ஸ் ராணுவம் சந்தித்துக்கொண்டிருந்த 'தலை போகிற' பிரச்னை அதுதான்.

அவர்களும் என்னென்னவோ முயன்றுப் பார்த்தார்கள். இளம் வீரர்கள், வெவ்வேறு படைத் தளபதிகள், வித்தியாசமான தாக்குதல் முயற்சிகள் என்று அவர்கள் பயன்படுத்திய உத்திகள் எவையும், இங்கிலாந்துப் படைகளின்முன் பலிக்கவில்லை. ஆக்கிரமிப்பும் எதிர்த் தாக்குதலும் மாதக்கணக்காக நீடித்துக் கொண்டிருந்தது.

இந்தச் சூழ்நிலையில்தான், டுலான் துறைமுகத் தாக்குதலில் பங்கு பெறுகிற வாய்ப்பு நெப்போலியனுக்குக் கிடைத்தது.

அப்போது நெப்போலியன் ஒரு சாதாரணப் படை வீரன்தான். ஆனாலும், டுலானைக் கைப்பற்றுவதற்காக பிரெஞ்சு ராணுவம் எடுத்திருக்கும் முயற்சிகளில் என்னென்ன ஓட்டைகள் இருக்கின்றன என்று அவனால் கண்டுகொள்ளமுடிந்தது.

டுலான் தாக்குதலுக்குப் பொறுப்பாளியாக நியமிக்கப்பட்டிருந்த பிரெஞ்சுப் படைத் தளபதிக்கு, போர் அனுபவம் போதாது. அவரால் எதையும் உருப்படியாகச் செய்யமுடியவில்லை என் பதைப் புரிந்துகொண்ட ராணுவம், அந்த இடத்துக்கு இன்னொரு வரைக் கொண்டுவந்தார்கள்.

இந்தப் புதிய தளபதியின் நடவடிக்கைகளும் நெப்போலிய னுக்குப் பிடிக்கவில்லை. அதனால் 'இந்த ஆளும் தேறமாட் டான்' என்று மேலிடத்துக்குக் கடிதம் எழுதினான்.

எந்த ராணுவத்திலும், இதுமாதிரியான அதிகப்பிரசங்கித்தனம், ஒழுங்கீனத்துக்கு இடம் இல்லை. இந்தப் பொது விதியை மீறி, தங்களது மேலதிகாரிகள்மீது குறை சொல்கிறவர்கள், தங்களுக்கு இடப்பட்ட கட்டளைகளை மதிக்கத் தவறுகிறவர்கள்மீது, கடுமையான தண்டனைகள் பாய மட்டுமே வாய்ப்புண்டு.

ஆனால், நெப்போலியனின் அந்தக் கடிதத்தை யாரும் தவறாக எடுத்துக்கொள்ளவில்லை. காரணம், புதிய தளபதியால் பெரிதாக எதுவும் சாதிக்கமுடியவில்லை என்பதை அவர்கள் நேருக்கு நேர் பார்த்துக்கொண்டிருந்தார்கள்.

ஆகவே, மீண்டும் படைத் தளபதி மாற்றப்பட்டார். அதைவிட முக்கியம், முதன்முறையாக, இந்தப் பொடியன் சொல்வதில் ஏதோ விஷயம் இருக்கிறது என்று யோசிக்கத் தொடங்கியது பிரெஞ்சு ராணுவம்.

பையனிடம் என்னென்னவோ புதுப் புது யோசனைகள் இருப்பதாகத் தோன்றுகிறது. அவன் சொல்வதையும் கொஞ்சம் காது கொடுத்துக் கேட்போமே, என்ன குடியா மூழ்கிவிடும்?

புதிதாக வந்த படைத் தளபதி, நெப்போலியனுடன் பொறுமை யாக உட்கார்ந்து பேசத் தொடங்கினார், 'எல்லோர்மீதும் குறை சொல்லும் பொடிப் பையா, நீ எப்படி டுலானைக் கைப்பற்று வாய்? அதைச் சொல்லு!'

தனக்குக் கிடைத்திருக்கும் இந்த அபூர்வமான வாய்ப்பின் முக்கியத்துவம் நெப்போலியனுக்குப் புரிந்தது. ஆகவே, அத்தனை நாள்களாகத் தன்னுடைய மனத்தினுள் கட்டமைத் திருந்த ஆக்கிரமிப்புத் திட்டங்களையெல்லாம் அவரிடம் விரிவாக விளக்கத் தொடங்கினான்.

நெப்போலியன் பேசுவதைக் கேட்கக் கேட்க, அவனுடைய தளபதிக்கு ஒரு விஷயம் தெளிவாகப் புரிந்துவிட்டது. இவன் சொல்வதெல்லாம் யதார்த்தத்தில் சரிப்படுமா என்று தெரியாது. ஆனால், இந்தப் பையனிடம் வேகம் இருக்கிறது, விஷயம் இருப்பதாகவும் தோன்றுகிறது. இவனுக்கு ஒரு வாய்ப்புக் கொடுத்துப்பார்த்தால் என்ன?

கொடுத்தார்.

நெப்போலியன், மௌனமாகச் சம்மதித்துவிட்டு, தன்னுடைய திட்டங்கள் சரியானவைதானா என்று நிதானமாக உட்கார்ந்து யோசிக்கத் தொடங்கினான்.

மிகவும் கவனமாகச் செயல்படவேண்டிய நேரம் இது. கோர்ஸிகா வில் சொதப்பியதுபோல் இங்கே தப்புச் செய்தால், அவனை யாரும் மன்னிக்கமாட்டார்கள். மீண்டும் வேலை போகலாம், அல்லது தலையே போய்விடலாம், யார் கண்டது?

ஆனால் அதேசமயம், இதைமட்டும் சரியாகச் செய்து வெற்றி யடைந்துவிட்டால், அதன்பிறகு பிரெஞ்சு ராணுவத்தில் தன் புகழ் கண்டபடி எகிறத் தொடங்கிவிடும். இதை நன்றாகப் புரிந்துகொண்டிருந்த நெப்போலியன், ஒன்றுக்குப் பத்து முறை யோசித்தபிறகுதான் செயலில் இறங்கினான்.

நெப்போலியன் கட்டளைப்படி, பெரிய துப்பாக்கிகளும், பீரங்கிகளும் டுலான் எல்லைக்குக் கொண்டுவரப்பட்டன. அந்தப் பிரதேசத்தின் வரைபடத்தைக் கையில் வைத்துக் கொண்டு, எந்த பீரங்கியை எங்கே நிறுத்தவேண்டும் என்று கச்சிதமாகப் புள்ளி வைத்து விளக்கினான். அவனுடைய திட்டத் தின்படி, மிகப் பெரிய ஆயுதத் தாக்குதலுக்கான ஏற்பாடுகள் செய்யப்பட்டன.

டுலான் விஷயத்தில் மற்ற தளபதிகள் எல்லோரும் என்ன செய்தார்கள்? எதிர்ப்படுகிற இங்கிலாந்துப் படை வீரர்களையெல்லாம் தாக்கப்போய் மூக்கு உடைந்தார்கள்.

அதே சூழ்நிலையில், நெப்போலியன் கொஞ்சம் வித்தியாசமாக யோசித்தான். முதுகுக்குப் பின்னால் இத்தனை பெரிய கடலும் கப்பல்களும் இருக்கிற தைரியத்தில்தானே இங்கிலாந்துக்காரர் கள் இப்படித் திமிர் பிடித்து அலைகிறார்கள்? அந்த வாலை ஒட்ட நறுக்கிவிட்டால்?

கடலில் இருக்கும் பிரிட்டன் கப்பல்களைத் தாக்கத் திட்டமிட்டான் நெப்போலியன்.

இதைக் கேட்டவர்கள் பலர், நெப்போலியனுக்குக் கிறுக்குப் பிடித்துவிட்டது என்றே முடிவுகட்டிவிட்டார்கள். கரையிலிருந்து கப்பலைப் பார்த்துச் சுடுவார்களாம், அதில் பயந்துபோய் இங்கிலாந்துக் கடற்படை திரும்பி ஓடிவிடுமாம். சின்னப் பிள்ளைத்தனமாக இல்லை?

ஆனால், சிறிய மாற்றம்கூட இல்லாமல் நெப்போலியனின் திட்டம் அப்படியே செயல்படுத்தப்பட்டது.

பிரிட்டிஷ் படையினர் கொஞ்சமும் எதிர்பார்த்திருக்காத நேரத்தில், அவர்கள் கற்பனையில்கூட நினைத்திராதவகையில் பிரெஞ்சுப் படைகள் தாக்கத் தொடங்கின. தொடர்ச்சியான பீரங்கித் தாக்குதலால், நெப்போலியன் எதிர்பார்த்ததுபோலவே இங்கிலாந்துக் கப்பல்கள் பின்வாங்கவேண்டிய கட்டாயத்துக்குத் தள்ளப்பட்டன.

இதனால், உள்ளூர் ஆக்கிரமிப்பாளர்களுக்குக் கிடைத்துக்கொண்டிருந்த ஆயுத உதவி தடுத்து நிறுத்தப்பட்டுவிட்டது. அவர்கள் திகைத்துப்போயிருந்த அந்த நேரத்தில், நெப்போலியன் படையின் இன்னொரு பிரிவு உள்ளே நுழைந்து கோட்டையைக் கைப்பற்றியது.

வெவ்வேறு படைத் தளபதிகள் மாதக்கணக்காகப் போராடிய விஷயத்தை, நெப்போலியன் ஒரே நாளில் சாதித்தான். டுலான் மீண்டும் பிரான்ஸின் கட்டுப்பாட்டிற்குத் திரும்பிவிட்டது.

இந்தப் போரில், நெப்போலியனின் குதிரை சுட்டு வீழ்த்தப்பட்டுவிட்டது. அவனுக்குக்கூடக் கொஞ்சம் காயம். ஆனால், அதைப் பற்றியெல்லாம் யோசிக்கக்கூட நேரமில்லாதபடி, நெப்போலியனுக்குப் பாராட்டுகள் குவிந்தன.

இந்தப் போரின்மூலம் நெப்போலியன் இரண்டு விஷயங்களைக் கற்றுக்கொண்டிருந்தான்.

முதலாவதாக, எதிரிப் படைகள் எவ்வளவு பெரியவை என்று யோசித்துப் பார்த்து, நம்பிக்கை இழக்கக்கூடாது. சரியான விதத்தில் திட்டமிட்டுத் தாக்கினால், எத்தனை பிரும்மாண்டமான படையையும் வீழ்த்திவிடமுடியும்.

அடுத்தபடியாக, எதிரியைத் திகைப்பில் ஆழ்த்தவேண்டும். அவர்கள் எதிர்பார்க்காத நேரத்தில், எதிர்பார்க்காத இடத்தில் தாக்கினால், எத்தனை பெரிய ஆளும் பதற்றத்தில் தப்புச் செய்வது நிச்சயம்.

டுலான் வெற்றிக்குப்பிறகுதான், பிரெஞ்சு ராணுவத்திலும், அரசியல்வாதிகள் மத்தியிலும் பலர் நெப்போலியனைக் கூர்ந்து கவனிக்கத் தொடங்கினார்கள். அதுவரை அவனை வெறும் போர் வீரனாகமட்டுமே கருதிக்கொண்டிருந்தவர்கள்கூட, 'இந்தப் பையனுக்கு நல்ல எதிர்காலம் இருக்கிறது' என்று வெளிப்படையாகப் பாராட்ட ஆரம்பித்தார்கள்.

1793-ம் ஆண்டு, தன்னுடைய இருபத்து நான்காவது வயதில், பிரெஞ்சு ராணுவத்தின் பெருமைக்குரிய 'பிரிகேடியர் ஜெனரல்' பொறுப்பை ஏற்றுக்கொண்டான் நெப்போலியன். பெருமிதத் தோடு நெஞ்சு நிமிர்த்தி நடக்கத் தொடங்கினான்.

'டுலான் கொண்டான்' என்று நெப்போலியனைக் கொண்டாடிய அதே பிரெஞ்சு ராணுவம், அடுத்த வருடம் (1794) அவனைக் கைது செய்து சிறையில் தள்ளியது.

கைதி

கில்லட்டின்* கருவியின் ஒரு விசேஷம் என்ன வென்றால் ஒரு கூரான கத்தியின் மூலம் சட்டென்று தலை துண்டாகிவிடும். ஆகவே, அதிகம் வலி தெரியாது. தவிர, குறைந்த நேரத்தில் நிறையப் பேரைக் கொல்லலாம், நேரம் மிச்சம்.

பிரான்ஸ் தேசத்தின் சரித்திரத்தில், 1793 மற்றும் 1794 ஆகிய ஆண்டுகளில்மட்டும், அழிக்கமுடியாதபடி ரத்தக் கறை படியக் காரணமானது இந்த கில்லட்டின் தான்.

---

* இந்தச் சாதனம், பிரெஞ்சுப் புரட்சிக்குப்பிறகுதான், பிரபலமடையத் தொடங்கியது. புரட்சியின் எதிரிகளைக் கொல்வதற்கு இந்தக் கருவியைப் பயன்படுத்தலாம் என்று சிபாரிசு செய்தவர் பெயர் ஜோசஃப்-இக்னேஸ் கில்லட்டின் (Joseph-Ignace Guillotin). அவருடைய ஞாபகார்த்தமாக, இந்தக் கொலைக் கருவிக்கு 'கில்லட்டின்' என்றே பெயர் சூட்டிவிட்டார்கள்.

4

இந்தக் காலகட்டத்தில், பிரெஞ்சுப் புரட்சி வெற்றியடைந்து, பிரான்ஸில் மக்களாட்சி அமைந்துவிட்டபோதும், பொதுவான அரசியல் நிலைத்தன்மை ஏற்படவில்லை. முன்னாள் அரசரின் ஆதரவாளர்கள், புதிய புரட்சி அரசாங்கத்தைப் பிடிக்காதவர்கள் என்று ஏகப்பட்டவர்கள் உள்ளூரில் சலசலப்பை உண்டாக்கிக் கொண்டிருந்தார்கள்.

போதாக்குறைக்கு, இந்தக் குழப்பச் சூழலைப் பயன்படுத்திக் கொண்டு, பிரான்ஸைக் கைப்பற்றிவிடலாம் என்று அக்கம் பக்கத்து நாடுகள் நினைத்தன. டுலானில் நடந்ததுபோல், பிரெஞ்சுக் குடிமக்கள் சிலரே, இவர்களுக்கு உதவிக்கொண்டிருந் தார்கள்.

இப்படிப் பல காரணங்களால், அப்போது பிரான்ஸ் அரசாங் கத்தில் அமர்ந்திருந்தவர்களால் நிம்மதியாக ஆட்சி செய்யவே முடியவில்லை. இந்தப் பக்கம் திரும்பினால் ஒரு கலாட்டா, அந்தப் பக்கம் பார்த்தால் ஒரு துரோகம், முதுகுக்குப் பின்னால் ஆட்சிக் கவிழ்ப்பு முயற்சிகள் என்று எல்லோருக்கும் விழி பிதுங்கியது.

இதனால், ஆட்சியில் உள்ளவர்கள் எல்லோர்மீதும் சந்தேகப்பட ஆரம்பித்தார்கள். மதகுருமார்கள், பிரபுக்கள், ராணுவ அதிகாரி கள், அரசியல்வாதிகள், பொதுமக்கள் என்று யாரும் இதற்கு விதிவிலக்கில்லை.

அவர்களுடைய சந்தேகத்துக்கு வலுவான காரணம் இருக்க வேண்டும் என்றுகூட அவசியமில்லை. உயர்வர்க்கத்தினர் எல்லோரும், புரட்சிக்கு எதிரிகளாகக் கருதப்பட்டுக் கில்லட்டி னில் கொல்லப்பட்டார்கள். யாரேனும் சத்தம் போட்டுச் சிரித்தால், புரட்சியைக் கேலி செய்கிறார்கள் என்று குற்றம் சாட்டுவார்கள், அதற்குப் பயந்து கிசுகிசுப்பாகப் பேசினால், ஏதோ ரகசியத் திட்டம் தீட்டுவதாகச் சொல்லிக் கைது செய்துவிடுவார்கள்.

இப்படிக் கைதானவர்கள் யார்மீதும் முறைப்படி விசாரணைகள் நடத்தப்படுவது கிடையாது. விசாரணை, சாட்சியம், தீர்ப்பு எல்லாமே சில விநாடிகளில் நடந்து முடிந்துவிடும். அரசாங்கத் துக்கு எதிராகச் செயல்பட்டான், ஆகவே கில்லட்டினில் மரண தண்டனை. அவ்வளவுதான்.

1793-ம் ஆண்டில் தொடங்கி, ஆயிரக்கணக்கான பிரான்ஸ் மக்கள் கில்லட்டினுக்குப் பலியானார்கள். மேக்ஸ்மில்லியன் ரோபெஸ் பியர் (Maximillian Robespierre) என்பவர், அப்போதைய புரட்சி அரசாங்கத்தில் முக்கியமான பொறுப்பு வகித்தார். இவருடைய சகோதரரான அகஸ்டின் (Augustin) ரோபெஸ்பியருக்கு பிரெஞ்சு ராணுவத்தில் நல்ல செல்வாக்கு இருந்தது.

இந்த அகஸ்டின்தான், நெப்போலியனின் ஆரம்பக்கால வளர்ச்சிக்கு முக்கியக் காரணமாக இருந்தார். 'இரும்பு மனிதன்' என்று நெப்போலியனை வர்ணித்து மகிழ்ந்த அவர், ராணுவத் தில் நெப்போலியனுக்கு முக்கியப் பொறுப்புகள் தரப்படவேண் டும் என்று தாராளமாகச் சிபாரிசு செய்தார்.

அதற்காக, அகஸ்டினின் தயவில்தான் நெப்போலியன் வளர்ந் தார் என்று சொல்லிவிடமுடியாது. ஆனாலும், ரோபெஸ்பியர் சகோதரர்களின் ஆதரவாளர்கள் பட்டியலில், நெப்போலிய னுக்கு முக்கியமான இடம் இருந்தது உண்மை.

இந்த நெருக்கத்தால், 1794-ம் ஆண்டு ஒரு மிகப் பெரிய சிக்கலில் மாட்டிக்கொண்டார் நெப்போலியன்.

அதுவரை, புரட்சி அரசாங்கத்தின் முக்கியப் பிரமுகராக அதி காரம் செய்துகொண்டிருந்த மேக்ஸ்மில்லியன், மக்களாட்சிக்கு எதிராகச் செயல்படுகிறவர்கள்மீது அடக்குமுறையை ஏவினார். அவருடைய கட்டளையின்பேரில் ஏராளமான தலைவர்கள், பொதுமக்கள் கில்லட்டினில் கொல்லப்பட்டார்கள்.

பிரான்ஸின் இறையாண்மையைப் பாதுகாக்க வேண்டுமானால், இந்தமாதிரி தீவிர நடவடிக்கைகளெல்லாம் அவசியம் என்றார் மேக்ஸ்மில்லியன். அவருடைய ஆதரவாளர்கள், இதற்கெல்லாம் பெரிதாகத் தலையாட்டினார்கள்.

அதேசமயம், இந்தக் காலகட்டத்தில் மேக்ஸ்மில்லியனுக்கு எதிராகவும் ஒரு கோஷ்டி வலுவடைந்துகொண்டிருந்தது. கொஞ்சம் அசந்தால், மேக்ஸ்மில்லியன் நம்மை கில்லட்டினுக்கு அனுப்பிவிடுவார் என்று யோசித்த அவர்கள், முந்திக்கொண் டார்கள்.

1794-ம் ஆண்டு ஜூலை 27-ம் தேதி, மேக்ஸ்மில்லியன் ரோபெஸ் பியர் கைது செய்யப்பட்டார். விசாரணை ஏதும் நடைபெற வில்லை. கில்லட்டின் அவரது கழுத்தையும் துண்டாக்கியது.

அவருடைய சகோதரர் அகஸ்டினுக்கும் இதே கதிதான் நேர்ந்தது.

புதிய ஆட்சியாளர்கள் அதோடு நிறுத்தவில்லை. ரோபெஸ்பியர் சகோதரர்களோடு நெருங்கிப் பழகியவர்கள், அவர்களுடைய உதவி பெற்று முன்னேறியவர்கள், ஆதரவாளர்கள் என்று எல்லோரையும் தேடிப் பிடித்து கில்லட்டினுக்கு அனுப்பி னார்கள்.

இங்கேதான், நெப்போலியன் சிக்கிக்கொண்டார்.

அகஸ்டின் ரோபெஸ்பியரின் அபிமானத்துக்குரிய படைத் தளபதி என்பதைத்தவிர, நெப்போலியன் எந்தக் குற்றமும் செய்ய வில்லை. என்றாலும், இவரை விட்டுவைத்தால் பின்னால் ஏதேனும் பிரச்னை வருமோ என்று யோசித்த எதிர் கோஷ்டி, நெப்போலியன்மீது ஒரு பொய்யான குற்றச்சாட்டைச் சுமத்தி, சிறையில் தள்ளிவிட்டது.

நெப்போலியன் பதற்றமடையவில்லை. தன்னுடைய நேர்மையை விசாரணைக் குழுவினருக்கு நிச்சயமாக நிரூபித்து விடமுடியும் என்கிற நம்பிக்கை அவருக்கு இருந்தது.

யார் செய்த புண்ணியமோ, நெப்போலியன் உடனடியாக கில்லட்டின் மேடைக்கு அனுப்பப்படவில்லை. பத்து நாள்கள் அவரைச் சிறையிலேயே வைத்திருந்தார்கள். ஆனாலும், கடைசி யில் அவருக்கு மரண தண்டனைதான் விதிக்கப்படும் என்பதில் யாருக்கும் எந்தச் சந்தேகமும் இருக்கவில்லை.

'எப்படியாவது இந்தச் சிறையிலிருந்து தப்பித்துவிடுங்கள், மற்றதையெல்லாம் பிறகு பேசிக்கொள்ளலாம்' என்று நெப்போலியனின் சிறை நண்பர்கள் வற்புறுத்தினார்கள்.

நண்பர்களின் இந்த யோசனையை நெப்போலியன் ஏற்றுக் கொள்ள விரும்பவில்லை, 'என்மீது குற்றம்தான் சுமத்தப் பட்டிருக்கிறது, இன்னும் நிரூபிக்கப்படவில்லை. இப்போது நான் சிறையிலிருந்து தப்பித்து ஓடினால், அந்தக் குற்றத்தை நானே ஒப்புக்கொண்டதுபோலாகிவிடும்' என்றார்.

விசாரணையில் தனக்குச் சாதகமான தீர்ப்புதான் வரும் என்று உறுதியாக நம்பிக்கொண்டிருந்த நெப்போலியன், சிறையில் இருந்தபடி, தன்னுடைய மேலதிகாரிகளுக்கு ஒரு கடிதம் எழுதி

னார், 'என்மீது எந்தக் குற்றமும் இல்லை. பிரான்ஸ் நாட்டுக்குச் சேவை செய்யவேண்டும் என்கிற ஒரே நோக்கத்துக்காகத்தான், என்மேல் சுமத்தப்பட்டிருக்கும் இந்த அவமானத்தை நான் பொறுத்துக் கொண்டிருக்கிறேன்.'

நெப்போலியனின் இந்தக் கடிதத்தை, மேலிடம் எந்த அளவுக்கு நம்பியது எனத் தெரியவில்லை. ஆனால், இரண்டு வாரச் சிறை வாசத்துக்குப்பிறகு, நெப்போலியன்மீது எந்தக் குற்றமும் இல்லை என்று அறிவித்து, அவரை விடுதலை செய்துவிட்டார்கள்.

கொஞ்சம் நிம்மதிப் பெருமூச்சு, மிச்சம் பெருமித உணர்வு என்று சிறையிலிருந்து வெளியே வந்தார் நெப்போலியன்.

அவரை விடுதலை செய்துவிட்டார்களேதவிர, புரட்சி அரசாங்கத் துக்கும் ராணுவத்துக்கும் நெப்போலியன்மீது சந்தேகம் தீர்ந் திருக்கவில்லை. நிஜமாகவே இந்த ஆள் விசுவாசமானவரா, அல்லது துரோகியா என்று உறுதியாகத் தெரியும்வரை, அவரை ஒதுக்கிவைக்கத் தீர்மானித்திருந்தார்கள்.

இதனால், நெப்போலியனுக்கு அவருடைய பழைய வேலை திரும்பக் கிடைக்காதபோதும், அதிக முக்கியத்துவம் இல்லாத ஒரு ராணுவப் பிரிவுக்கு அவரை மாற்றிவிட்டார்கள். டுலானில் பிரிட்டன் படைகளையே தைரியமாகச் சமாளித்தவருக்கு, உள்ளூரில் உப்புமா வேலைகளைக் கொடுத்து அவமானப்படுத் தினார்கள்.

எரிச்சலடைந்த நெப்போலியன், 'உடம்பு சரியில்லை' என்று லீவ் எழுதிக் கொடுத்துவிட்டு, பாரிஸ் வந்துவிட்டார். முக்கியத்துவம் வாய்ந்த இன்னொரு பொறுப்பு தனக்குத் தரப்படும்வரை, வேலைக்குத் திரும்புவதில்லை என்று தீர்மானித்துவிட்டார்.

சின்ன வயதிலிருந்தே, ஓய்வெடுத்துப் பழகாதவர் நெப்போலியன். ராணுவத்தின் சுறுசுறுப்பான நடவடிக்கைகளைத் தன்னோடு பிணைத்துக்கொண்டுவிட்ட அவருக்கு, பாரிஸில் சும்மா உட்கார்ந்திருப்பது பிடிக்கவில்லை.

ஆகவே, அவ்வப்போது தனது ராணுவத் தலைமையகத்தைத் தொடர்புகொண்டு, தன்னுடைய மனத்தில் இருக்கும் திட்டங் களையெல்லாம் விவரித்தார் நெப்போலியன். 'எனக்கு பிஸ் கோத்து வேலைகளைக் கொடுக்காதீர்கள், நான் உருப்படியாக

வேறு பல யோசனைகள் வைத்திருக்கிறேன்' என்று அவர் களுக்குப் புரியவைக்க முயன்றார்.

ஆனால், அப்போது ராணுவப் பொறுப்பில் இருந்தவர்கள் பலர், நெப்போலியனை அலட்சியப்படுத்தினார்கள். அவருடைய யோசனைகளை மதித்துக் கேட்டுச் செயல்படுத்தினால், நெப்போலியன் தங்களைவிடப் பெரிய மனிதராகிவிடுவாரோ என்கிற பயம் அவர்களுக்கு இருந்தது. இப்போது நெப்போலி யனை வளரவிட்டால், நாளைக்கு அவர் ராணுவத்தைத் தன் கையில் போட்டுக்கொண்டு, தங்களை கில்லட்டினுக்கு அனுப்பிவிடுவாரோ என்கிற திசையில்தான் பலருடைய சிந்தனை ஓடியது. அதற்குபதிலாக, அவருக்கு லீவ் கொடுத்து அனுப்பிவிடுவது உசிதம் என்று முடிவெடுத்தார்கள்.

நெப்போலியனும் சளைக்காமல் கடிதங்கள் எழுதிக்கொண்டிருந் தார். பல அதிகாரிகளை நேரில் சென்று பார்த்தார். ஆனால், சொல்லிவைத்தாற்போல் எல்லோரும், 'உங்களுக்கு உடம்பு சரியில்லை நெப்போலியன், நன்றாக ரெஸ்ட் எடுங்கள், ராணுவ விவகாரங்களையெல்லாம் நாங்கள் பார்த்துக்கொள்கிறோம்' என்றுதான் சொன்னார்கள்.

ஒருகட்டத்தில், நெப்போலியனுக்குப் பைத்தியமே பிடித்து விடும்போலாகிவிட்டது. எத்தனை நாள்களுக்குத்தான் சும்மா உட்கார்ந்துகொண்டு நாடகமும் நாட்டியமும் பார்த்துக் கொண்டு, பார்ட்டிகளில் கலந்துகொண்டு வீண் அரட்டையில் காலம் கழிப்பது?

இந்தச் சூழ்நிலையில்தான், பிரான்ஸின் ராணுவ அமைச்சர் மாற்றப்பட்டார். இதைப்பற்றிக் கேள்விப்பட்ட நெப்போலி யன், புதிய நம்பிக்கையோடு அவரைச் சந்தித்தார். அங்கே நெப்போலியனுக்கு ஆச்சரியம் காத்திருந்தது.

'ஆஸ்திரியாவும் சர்டினியாவும் இத்தாலியை ஆக்கிரமித்திருக் கிறார்கள். அவர்களைச் சமாளிப்பதற்கு, பிரெஞ்சுப் படை தங்களை எப்படித் தயார் செய்துகொள்ளவேண்டும் என்று நினைக்கிறீர்கள்?'

அமைச்சர் தன்னிடம் இப்படிக் கேட்பார் என்று நெப்போலியன் கொஞ்சமும் எதிர்பார்த்திருக்கவில்லை. ஆனால், இத்தாலிய எல்லைப் பகுதிகள் பற்றி நெப்போலியனுக்கு நல்ல ஞானம்

உண்டு என்று அமைச்சருக்கு ஏற்கெனவே தெரிந்திருந்தது. ஆகவே, அவருடைய புத்திசாலித்தனத்தைப் பரிசோதித்துப் பார்ப்பதற்காகத்தான், இப்படி ஒரு கேள்வி.

இதைப் புரிந்துகொண்ட நெப்போலியன், இத்தாலியை ஆக்கிர மித்திருக்கிற ஆஸ்திரிய, சர்டினியப் படைகளை எப்படித் தாக்கலாம் என்பதற்கான தன்னுடைய திட்டங்களை விவரித் தார். அவர் சொன்ன நுணுக்கமான விவரங்களும், புதுமையான உத்திகளும் அமைச்சரை வெகுவாகக் கவர்ந்தன.

இனிமேலும் நெப்போலியனைச் சும்மா உட்காரவைத்திருப் பதில் அர்த்தமில்லை என்று உணர்ந்த அமைச்சர், அவருக்கு 'டோபோகிராஃபி' (Topography) என்ற பிரிவில் ஒரு முக்கியப் பொறுப்பை ஒப்படைத்தார்.

'டோபோகிராஃபி' என்பது, நுணுக்கமான வரைபடங்களைத் (Map) தயாரிக்கிற பிரிவு. அதற்கும் போர்க்களத்துக்கும் நேரடிச் சம்பந்தமே இல்லை. தன்மீது நம்பிக்கை வைத்திருக்கும் புது அமைச்சர் பொறுப்பில் இருக்கிறார். அவராகத் தன்னைக் கூப்பிட்டு ஒரு நல்ல வேலையைத் தன்னிடம் ஒப்படைக்கும் வரை, அவர் சொல்வதைச் செய்வதுதான் புத்திசாலித்தனம் என்று முடிவு கட்டினார் நெப்போலியன்.

இப்படியாக, நீண்ட விடுமுறைக்குப்பிறகு, ஒருவழியாக மீண்டும் வேலைக்குச் செல்லத் தொடங்கினார் நெப்போலியன். ஆனால், இந்த வேலையை அவர் ஒரு தாற்காலிக விஷய மாகவே எண்ணினார். அவருடைய மனமெல்லாம் ராணுவத் தில், போர்க் களத்தில்தான் இருந்தது.

இதனிடையே, பாரிஸில் கலவரங்கள் அதிகமாகிக்கொண்டிருந் தன. ரோபெஸ்பியர் போய் இன்னொருவர் வந்தபிறகும், மக்களின் அடிப்படைப் பிரச்னைகள் முழுமையாகத் தீர்க்கப் பட்டிருக்கவில்லை.

இதனால், பெரும்பான்மை மக்கள் எரிச்சலடைந்தார்கள். யார் யாரோ ஆட்சிக்கு வருகிறார்கள், யாரோ யாரையோ கொல்கிறார் கள், கவிழ்க்கிறார்கள், புது அரசாங்கம் அமைக்கிறார்கள், கடைசியில் சுற்றிச் சுற்றி, சிலரிடம்தான் பொறுப்புகள் இருக்கின்றன. நமக்கு விடிவு காலம் பிறக்கிற வழியைக் காணோம்.

மக்களின் இந்த அதிருப்தியை, புரட்சி எதிர்ப்பாளர்களும் லூயி ராஜாக்களின் ஆதரவாளர்களும் எண்ணெய் ஊற்றி வளர்த்தார் கள். ஊர் முழுக்கக் கலவரங்கள் தூண்டிவிடப்பட்டன. காலை எழுந்து பல் தேய்த்ததும், ஏதேனும் ஓர் அரசாங்கக் கட்டடத்தின் மீது கல்லெறிந்துவிட்டுத்தான் சாப்பிடுவோம் என்று சபதம் எடுத்துக்கொண்டாற்போல, கிளர்ச்சியாளர்கள் செயல் பட்டார்கள்.

இதனால், பாரிஸ் நகரம் பற்றியெரியத் தொடங்கியிருந்தது. பத்து நிமிடம் சேர்ந்தாற்போல் அமைதி கிடையாது. சின்னக் கலாட்டா வில் தொடங்கி, எல்லாமே ரத்த வெறி பிடித்த கலவரமாகிக் கொண்டிருந்தது. அரசாங்கப் பிரதிநிதிகள், அதிகாரிகள், ராணுவத் தலைவர்கள், அரசியல்வாதிகள், அமைச்சர்கள் என்று யாரைப் பார்த்தாலும் கூட்டம் இழுத்து வந்து வெட்டியது.

இந்த நிலைமை தொடர்ந்தால், புரட்சி அரசாங்கத்துக்கு மீண்டும் ஆபத்து வந்துவிடும் என்று ஆட்சியாளர்கள் பதறிப்போனார்கள். எதையாவது செய்து, இந்தக் கலவரங்களை அடக்கியாக வேண்டும் என்று முடிவு கட்டியது ராணுவம்.

கலவரத்தை அடக்குவதற்கு பால் பராஸ் (Paul Barras) என்பவரைத் தேர்ந்தெடுத்தார்கள்.

கோபமான மக்கள் கூட்டத்தை அடக்குவது எப்போதுமே பேஜாரான வேலை. கொஞ்சம் கவனமாகச் செயல்படாவிட் டால், அவர்களுடைய ஆக்ரோஷத்தின்முன் ராணுவமெல்லாம் பப்படமாக உதிர்ந்துபோய்விடும்.

ஆகவே, இந்தப் பொறுப்பை யாரிடம் ஒப்படைக்கலாம் என்று தீவிரமாக யோசித்தார் பால் பராஸ். அப்போது அவருக்கு நெப்போலியனின் நினைவு வந்தது.

'தம்பி நெப்போலியா! நீ மேப் வரைந்ததெல்லாம் போதும், எல்லாவற்றையும் மூடி வைத்துவிட்டுக் கொஞ்சம் எழுந்து வா, பாரிஸில் சில பொடியன்கள் வாலாட்டுகிறார்கள், அவர்களை அடக்கிச் சமாளிக்கவேண்டியது உன்னுடைய பொறுப்பு.'

நெப்போலியனுக்கு உள்ளூர்க் கலவரங்கள் என்றாலே அலர்ஜி. பிரெஞ்சுக்காரர்களும் பிரெஞ்சுக்காரர்களும் பரஸ்பரம் மோதிக் கொண்டு சாவதில், அவருக்கு ஒப்புதலும் இல்லை, அதைத் தடுத்து நிறுத்துவதற்கான ஆர்வமும் இல்லை.

ஆனால், அரசாங்க நாற்காலியைத் தேய்த்தபடி மேப் வரைந்து கொண்டிருப்பதைக்காட்டிலும், இந்தக் கலவரத்தை அடக்குவது சவாலான வேலை. இதை ஒழுங்காகச் செய்துமுடித்தால், டுலான்போல் நல்ல பெயர் கிடைக்கும், இத்தாலிப் போரில் பணிபுரிகிற வாய்ப்புக்கூட கிடைக்கலாம், யார் கண்டது?

இப்படி யோசித்த நெப்போலியன், பாரிஸ் கலவரத்தை அடக்கும் பொறுப்பை ஏற்றுக்கொண்டார். நிலைமையைக் கட்டுக்குள் கொண்டுவருவதற்காக, அவருக்கு முழுச் சுதந்தரம் அளிக்கப் பட்டிருந்தது.

போதாதா? எப்படியாவது மீண்டும் பிரெஞ்சு ஆட்சியாளர்களின் நல்லெண்ணத்தைப் பெற்றுவிடவேண்டும் என்கிற வேகத்துடன் களத்தில் இறங்கினார் நெப்போலியன். கலவரச் சூழலை நிதானமாக அலசி ஆராயத் தொடங்கினார்.

பாரிஸ் நகர் முழுவதும் தொடர்ச்சியாக நிகழ்த்தப்பட்ட இந்தக் கலவரங்கள், பெரும்பான்மை மக்கள், அரசாங்கத்துக்கு எதிராகச் செயல்படுவதுபோன்ற ஒரு பிரமையை உருவாக்கியிருந்தன. ஆனால் உண்மையில், சில குறிப்பிட்ட பிரிவுகளைச் சேர்ந்த வர்கள் மட்டும்தான் அரசுச் சொத்துகளின் மீதான தாக்குதல் களைத் திட்டமிட்டு நடத்திக்கொண்டிருந்தார்கள்.

ஆனால் அதேசமயம், இந்தக் கலாட்டாப் பிரியர்களின் எண் ணிக்கை, நெப்போலியனின் படையைக் காட்டிலும் அதிகமாக இருந்தது. ஆகவே, அவர்களை நேருக்கு நேர் சந்திக்கவேண்டு மானால், வலுவான ஆயுதங்கள் தேவைப்படும்.

'இந்த வேலைக்கு, துப்பாக்கியெல்லாம் போதாது, பீரங்கிகள் வேண்டும்' என்றார் நெப்போலியன்.

பீரங்கிகளை வைத்துக்கொண்டு, கட்டடங்களைத் தகர்க்கலாம், கப்பல்களை உடைக்கலாம். ஆனால், கோபமாகப் பொங்கி வருகிற கலவரக்காரர்கள்மீது பீரங்கியால் சுட்டால் அந்த அளவு சேதம் இருக்குமா? அவர்கள் பயந்து பின்வாங்குவார்களா?

'அதைப்பற்றியெல்லாம் நீங்கள் கவலைப்படாதீர்கள்' என்ற நெப்போலியனின் குரலில் உறுதி தொனித்தது, 'எப்படியாவது சில பீரங்கிகளைக் கொண்டுவாருங்கள், அதன்பிறகு என்ன செய்யவேண்டும் என்பதைச் சொல்கிறேன்'

பாரிஸில் அப்போது பீரங்கிகள் இல்லை. வேறு எங்கிருந்தாவது தான் வரவழைத்தாகவேண்டும்.

ஆனால், இப்படி வெளியிலிருந்து பீரங்கி இறக்குமதி செய்வதில், ஒரு சின்னப் பிரச்னை இருக்கிறது. அத்தனை பெரிய பீரங்கி களை, யாருக்கும் தெரியாமல் ரகசியமாகச் சட்டைப் பைக்குள் ஒளித்துக் கொண்டுவர முடியாதே. கலவரக்காரர்கள் அதைப் பார்த்துவிட்டால், வேறு வினையே வேண்டாம் - ராணுவ வீரர்களை அதனுள் திணித்து வெடி வைத்துவிடுவார்கள்.

இதைச் சொன்னால், நெப்போலியன் கேட்பாரா? பிடிவாதம் தான் அவரோடு கூடப் பிறந்த விஷயமாச்சே. 'நான் பிடித்த முயலுக்கு மூன்று கால்தான், அதைச் சுட்டுத் தின்பதற்கு எனக்குச் சில பீரங்கிகள் வேண்டும்' என்று ஒற்றைக் காலில் நிற்கத் தொடங்கிவிட்டார்.

முராட் (Murat) என்ற இளம் வீரர், 'நான் பீரங்கிகளைக் கொண்டு வருகிறேன்' என்று பொறுப்பை ஏற்றுக்கொண்டார். ஒரு சுபராத்திரி வேளையில், அவருடைய தலைமையில் ஒரு சிறு குழு உடனடியாகப் புறப்பட்டது.

சில மணி நேரங்கள், பல வீர தீரச் சாகசங்களுக்குப்பிறகு எப்படியோ பீரங்கிகள், கனரகத் துப்பாக்கிகளையெல்லாம் கடத்திக் கொண்டுவந்துவிட்டார் முராட். அவற்றைப் பார்த்த பிறகுதான், நெப்போலியன் முகத்தில் ஒரு நிம்மதிச் சிரிப்பு தெரிந்தது. அவருடைய திட்டத்தின் முதல் பகுதி, வெற்றிகரமாக நிறைவேறிவிட்டது.

நெப்போலியனின் படையில் இருந்தவர்கள் எல்லோரும், 'அடுத்து என்ன?' என்று அவர் முகத்தையே ஆவலோடு பார்த்துக்கொண்டிருந்தார்கள். மறுநாள் காலை, கலவரக் காரர்களை எப்படித் தாக்கவேண்டும் என்று அவர்களிடம் நிதானமாக விவரிக்கத் தொடங்கினார் அவர்.

'கலவர கோஷ்டி நம்மைவிடப் பெரியதாக இருக்கலாம். ஆனால், அவர்களிடம் இல்லாத ஒரு விஷயம், நம்மிடம் இருக் கிறது' என்றார் நெப்போலியன். பீரங்கிகள், மற்ற ஆயுதங்களைச் சரியானபடி பயன்படுத்தினால், அவர்களுக்குப் பெருமளவு சேதத்தை உண்டாக்கிவிடமுடியும் என்பதுதான் அவருடைய திட்டம்.

டுலானில் பயன்படுத்திய அதே ஃபார்முலாதான். படை பலம் அதிகம் தேவையில்லை, புத்திசாலித்தனம் இருந்தால் போதும்.

இந்தமுறை நெப்போலியனின் புத்திசாலித்தனம், பீரங்கிகளைக் கொண்டுவந்ததில் இல்லை. அந்தப் பீரங்கிகளுக்குள் அவர் போட்ட குண்டுகளில் இருந்தது.

பாரிஸ் கலவரத்தை அடக்குவதற்கு நெப்போலியன் பயன் படுத்திய அந்தக் குண்டுகள், மிக விசேஷமானவை - 'க்ரேப்ஷாட்' (Grapeshot) என்று சொல்வார்கள்.

'க்ரேப்' என்றால், திராட்சைப் பழம். 'க்ரேப்ஷாட்' வகைக் குண்டு களைப் பார்க்கும்போது, ஒரு திராட்சைக் கொத்தில், ஏகப்பட்ட சிறு திராட்சைகள் நெருக்கமாக நிறைந்திருப்பதைப் போலத் தோன்றும். ஆகவேதான், அப்படி ஒரு பெயர்.

சாதாரணமாக, பீரங்கிகளுக்குள் பயன்படுத்தப்படுகிற குண்டு கள், பாறாங்கல்போல் கனமானவையாக இருக்கும். ஆகவே, அந்தக் குண்டுகள் எங்கேனும் போய் விழுந்தால், அந்தப் பகுதியில் பலத்த சேதம் உண்டாகிவிடும். இதனால்தான், கோட்டைகள், ஆயுதக் கிடங்குகள் போன்றவற்றைத் தாக்கு வதற்கு பீரங்கிகளைப் பயன்படுத்துவார்கள்.

அதே பீரங்கிகளை, இந்தமுறை கொஞ்சம் வித்தியாசமாகப் பயன்படுத்த முடிவுசெய்திருந்தார் நெப்போலியன். ஆகவே, வழக்கமான பாறாங்கல் குண்டுகளைப் பயன்படுத்தாமல், 'க்ரேப்ஷாட்' குண்டுகளைத் தேர்ந்தெடுத்தார்.

'க்ரேப்ஷாட்' குண்டுகளில் உலோகத் துகள்கள், உடைந்த கண்ணாடி, கற்கள் என்று ஏகப்பட்ட சமாசாரங்கள் இருக்கும்.

இத்தனையையும் குத்துமதிப்பாக உருட்டி, பீரங்கியில் போட்டு வெடித்தால், அது தொலைவில் போய் வெடித்துச் சிதறும். ஒரே நேரத்தில் ஏகப்பட்ட கலவரக்காரர்களுக்குக் காயம் படும். 'ஐயோ, அம்மா' என்று கத்திக்கொண்டு பின்வாங்குவார்கள்.

நெப்போலியனின் இந்தத் திட்டம், கச்சிதமாக வேலை செய்தது. 1795-ம் ஆண்டு அக்டோபர் 5-ம் தேதி, சுறுசுறுப்பாகக் கலாட்டா செய்யக் கிளம்பிவந்தவர்களை, நெப்போலியனின் 'க்ரேப்ஷாட்' குண்டுகள் வரவேற்றன.

வெறும் அரை மணி நேரத்துக்குள், கலவரக்காரர்களைச் சிதறி ஓடச் செய்துவிட்டது நெப்போலியனின் படை. ஒரே நாளில் கலவரத்தை முழுமையாக அடக்கி, அமைதியைக் கொண்டு வந்துவிட்டார்.

'க்ரேப்ஷாட்' என்பது, நெப்போலியனின் கண்டுபிடிப்பு அல்ல. அந்தக் காலத்தின் நவீன உத்தியாக அறியப்பட்டிருந்த இந்த விஷயத்தைப்பற்றித் தெரிந்துகொண்டு, அதனைச் சரியான நேரத்தில் பயன்படுத்தியதுதான், நெப்போலியனின் சாமர்த்தியம்.

உயர்மட்டத்திலிருந்து வந்த பாராட்டு, புகழ், கௌரவமெல்லாம் ஒருபக்கமிருக்க, 'Whiff Of Grapeshot' என்று அழைக்கப்பட்ட இந்தத் தாக்குதலுக்குப்பிறகுதான், சாதாரணப் பொதுமக்கள் மத்தியிலும் நெப்போலியன் பிரபலமடையத் தொடங்கினார். வெளியிடங்களில் அவரைப் பார்த்தவர்களெல்லாம், அடையாளம் கண்டுகொண்டு பாராட்டினார்கள், மரியாதையோடு நடத்தினார்கள்.

இருபத்தாறு வயதில், பிரான்ஸின் மிகப் பெரிய ராணுவமான'Army Of The Interior' தளபதியாகப் பொறுப்பேற்றார். நல்ல சம்பளம், வீடு, வசதிகள் என்று அவருடைய குடும்பத்தின் பொருளாதார நிலைமையும் அந்தஸ்தும் உயரத் தொடங்கியது.

புகழ், பதவி, பணம், அடுத்து என்ன? காதல்தானே!

காதலன்

பாரிஸ் கலவரம் ஒருவழியாக அடக்கப்பட்டு விட்டது.

ஆனால், மக்களின் பிரச்னைகள் இன்னும் முழுமையாகத் தீர்க்கப்பட்டிருக்காத சூழ்நிலையில், இது ஒரு தாற்காலிக அமைதிதான் என்பது எல்லோருக்கும் நன்றாகத் தெரிந்திருந்தது.

புரட்சி அரசாங்கம், பாரிஸ் நகரத்தின் பாதுகாப்புக்குப் பொறுப்பேற்றிருந்த நெப்போலியன், அப்போதைய அமைதியும் சுமுகமான சூழ்நிலையும், தூங்கும் எரிமலைமாதிரிதான் என்று உணர்ந்திருந்தார். எப்போது வேண்டுமானாலும் மீண்டும் எதிர்ப் புரட்சி சக்திகள் தலை தூக்கலாம் என்கிற அபாய எச்சரிக்கை அவரைத் துடிப்புடன் வைத்திருந்தது.

இதனால், நகரில் அமைதி நீடிப்பதைக் கருத்தில் கொண்டு, ஏகப்பட்ட பாதுகாப்பு முன்னேற்பாடு

களில் இறங்கினார் நெப்போலியன். அரசுக்கு எதிராக இனி ஒரு கலவரம் நடந்துவிடக்கூடாது என்பதுதான் அவருடைய ஒரே நோக்கம்.

உடனடியாக, எதிர்ப் புரட்சி அமைப்புகள், இயக்கங்களைக் கண்டறியும் பணி முடுக்கிவிடப்பட்டது. நேரடியாகவோ, மறை முகமாகவோ ஆட்சியாளர்களை எதிர்த்துக் கருத்துத் தெரிவித் தவர்கள், தெரிவிக்கிறவர்கள், தெரிவிக்கக்கூடியவர்கள் என்று எல்லோரையும் முன்னெச்சரிக்கை நடவடிக்கையாகக் கைது செய்து உள்ளே தள்ளினார்கள். தெருமுனையில் நண்பர்கள் நாலு பேர் கூடிப் பேசினால்கூட, 'என்னப்பா விஷயம்?' என்று காவலர்கள் எட்டிப் பார்த்து விசாரித்தார்கள்.

பொதுமக்கள் யாரும் ஆயுதங்கள் வைத்துக்கொள்ள அனுமதி இல்லை' என்று திட்டவட்டமாக அறிவித்துவிட்டார் நெப்போலி யன். இதனால், பாரிஸில் ஒரு வீடு மிச்சம் வைக்காமல் காவலர்கள் உள்ளே புகுந்து சோதனை செய்தார்கள், கத்தி, கபடாவில் தொடங்கி, அரிவாள்மணை, முள்கரண்டிவரை ஆயுதமாகப் பயன் படுத்தக்கூடிய எல்லாம் காவலர்களால் பறிமுதல் செய்யப்பட்டன.

இப்படியாக, நெப்போலியனின் ஊழியர்கள், பாரிஸ் நகரம் முழு வதையும் ஒரு தீவிர வடிகட்டுதலுக்கு உட்படுத்திக்கொண்டிருந்த இந்தச் சூழலில்தான், அவருக்குள் காதல் மலர்ந்தது.

நெப்போலியனின் மனத்தைக் கவர்ந்த அந்தப் பெண்ணின் பெயர், 'மேரி ஜோசஃப் ரோஸ் டாஷிர் டி ல பாஜெரி' (Marie Josephe Rose Tascher de la Pagerie). காதலியை இப்படி ஒவ்வொருமுறையும் நீளமாக அழைத்துக் கொஞ்சுவதற்குள், தனக்கு வயதாகிவிடும் என்று பயந்த நெப்போலியன், அவரை 'ஜோசஃபின்' என்று சுருக்கமாக அழைக்கத் தொடங்கினார்.

ஜோசஃபினும் நெப்போலியனும் எப்போது, எப்படி முதன் முதலாகச் சந்தித்தார்கள் என்பது பற்றிப் பல சுவாரஸ்யமான கதைகள், அல்லது ஊகங்கள் உலவுகின்றன. அவற்றுள் மிகப் பிரபலமான, ஒரு சில வரலாற்றாசிரியர்களால்கூட ஏற்றுக் கொள்ளப்படுகிற ஒரு சம்பவத்தை மட்டும் பார்த்துவிடலாம்.

நெப்போலியனின் கட்டளைப்படி, அவருடைய ஊழியர்கள் பாரிஸ் மக்களிடம் இருந்த எல்லாவிதமான ஆயுதங்களையும்

பறிமுதல் செய்துகொண்டிருந்தார்கள். அப்போது, பதினைந்து வயது இளைஞன் ஒருவன், அவரைச் சந்திக்க வந்திருந்தான்.

ஏதோ வேலையில் தீவிரமாக மூழ்கியிருந்த நெப்போலியன், அந்த இளைஞனைச் சரியாகக் கவனிக்கக்கூட இல்லை. சின்னப் பொடியனாக இருக்கிறான், ஒருவேளை ராணுவத்தில் வேலை கேட்டு வந்திருப்பானோ?

உண்மையில், அந்த இளைஞன் நெப்போலியனிடம் ஒரு சிறிய விண்ணப்பத்துடன் வந்திருந்தான், 'என்னுடைய அப்பா இறந்து விட்டார், அவருடைய ஞாபகமாக, அவரது போர் வாளைப் பாதுகாத்து வைத்திருந்தேன். உங்களுடைய சிப்பாய்கள் அதைப் பறிமுதல் செய்துவிட்டார்கள்' என்றான் அவன். 'தயவுசெய்து, அந்த வாளைத் திருப்பித் தந்துவிடுங்கள்.'

சிறுவயதிலேயே தந்தையை இழந்துவிட்ட நெப்போலியனால், அந்த இளைஞனின் உணர்வுகளைப் புரிந்துகொள்ளமுடிந்தது. ஆகவே, அவனிடம் பறிமுதல் செய்யப்பட்ட வாளைத் திருப்பித் தருவதற்கு உத்தரவிட்டார்.

மிகுந்த மகிழ்ச்சியோடு திரும்பிச் சென்றான் அந்த இளைஞன். மறுநாள், அவனுடைய தாய், நெப்போலியனுக்குத் தனிப்பட்ட முறையில் நன்றி சொல்ல வந்திருந்தார். அவர் ஜோசஃபின்.

ஜோசஃபினை முதன்முறை பார்த்தபோதே, அவரது அழகு நெப்போலியனை அசைத்துவிட்டது. ஏற்கெனவே அவரது வாழ்க்கையில் சில பெண்கள் குறுக்கிட்டிருந்தார்கள், அவர் களில் ஒருவரைத் தீவிரமாகக் காதலித்து, ஏமாற்றத்தைச் சந்தித்திருந்தார்.

ஆனால், அப்போதெல்லாம் தோன்றாத ஒரு பரவச உணர்வை, இவள் என்னுடையவள் என்கிற உரிமையை இப்போது நெப் போலியனால் உணரமுடிந்தது. அந்த முதல் சந்திப்பிலேயே, ஜோசஃபினிடம் தன் மனத்தை இழந்துவிட்டார்.

இந்தக் காதல் கதையெல்லாம், கேட்பதற்கு ஜோராகத்தான் இருக்கிறது. ஆனால் இது நிஜத்தில் அப்படியே நடந்திருக்க வாய்ப்புகள் குறைவு என்கிறார்கள் நெப்போலியன் நிபுணர்கள்.

பாரிஸ் கலவரத்தைத் தொடர்ந்த (1795) காலகட்டத்தில்தான், நெப்போலியன் முதன்முறையாக ஜோசஃபினைச் சந்தித்திருக் கிறார். ஆனால், அந்தச் சந்திப்பு இப்படியொரு காவியத்தனமான ஒழுங்கோடு அமைந்திருந்ததா என்பதற்கான உறுதியான ஆதாரங்கள் இவை.

நெப்போலியனின் அப்போதைய அரசியல் / ராணுவ குருநாதர் பால் பராஸ். அவருக்கும் ஜோசஃபினுக்கும் நெருங்கிய பழக்கம் இருந்தது. ஆகவே, பால் பராஸ்மூலமாக நெப்போலியனுக்கு ஜோசஃபின் அறிமுகப்படுத்தப்பட்டிருக்கலாம்.

இன்னொரு கோணம், அன்றைய பாரிஸில் நெப்போலியன் மிகப் பிரபலம். பல நிகழ்ச்சிகள், விருந்துகளுக்கெல்லாம் அவரை முக்கிய விருந்தினராக அழைப்பார்கள். அப்படியொரு நிகழ்ச்சி யில் அவர்கள் சந்தித்திருக்கலாம்.

எப்படியோ, சந்தித்துவிட்டார்கள். காதலில் மூழ்கிவிட்டார்கள். அவரைத்தான் திருமணம் செய்துகொள்ளவேண்டும் என்று மனத்தினுள் உறுதியாகத் தீர்மானித்துவிட்டார் நெப்போலியன்.

நெப்போலியனைவிட, ஜோசஃபினுக்கு ஆறு வயது அதிகம். விதவையான அவருக்கு, தன்னுடைய முதல் திருமணத்தின்மூலம் ஏற்கெனவே இரண்டு குழந்தைகள் இருந்தார்கள். ஆனால், இந்த விஷயங்களையெல்லாம் நெப்போலியன் ஒரு பொருட்டாகவே நினைக்கவில்லை. அப்படியொரு தெய்வீகக் காதல்.

பதினாறு வயதில், அலெக்ஸாண்டர் (முழுப் பெயர்: Alexander de Beauharnais) என்பவரை மணந்துகொண்டார் ஜோசஃபின். அதன்பிறகு இல்லற வாழ்க்கையில் அவர்கள் ஏகப்பட்ட பிரச்னைகள், பிரிவுகளைத் தொடர்ச்சியாகச் சந்திக்க நேர்ந்தது. இந்தக் காலகட்டத்தில், ஜோசஃபின் பெரும்பாலும் தனித்துதான் வாழ்ந்துகொண்டிருந்தார்.

பிரெஞ்சுப் புரட்சியின்போது, முடியாட்சிக்கு ஆதரவாகச் செயல்பட்ட அலெக்ஸாண்டர் கைது செய்யப்பட்டார். அவரை எப்படியாவது மரண தண்டனையிலிருந்து தப்பிக்கச் செய்துவிடவேண்டும் என்று போராடினார் ஜோசஃபின். கடைசியில், அவரையும் புரட்சியாளர்கள் கைது செய்து உள்ளே தள்ளிவிட்டார்கள்.

பலரும் எதிர்பார்த்ததுபோல், அலெக்ஸாண்டருக்கு மரண தண்டனை விதிக்கப்பட்டது. கில்லட்டின் மேடையில் அவர் கொல்லப்பட்டபிறகு, அடுத்து ஜோசஃபினுக்கும் அதே கதி காத்திருந்தது.

நல்லவேளையாக, அதற்குள் புரட்சி தொடர்பான பல குழப்பங்கள் முடிவுக்கு வந்திருந்தன. ஆகவே, ஜோசஃபின் எந்த தண்டனையும் இன்றி விடுவிக்கப்பட்டுவிட்டார்.

முன்பாவது, கணவர் என்று ஒருவர் இருந்தார். இப்போது அவரும் இல்லை. சொல்லிக்கொள்ளும்படி எந்த வருமானமும் இல்லாத நிலையில், இரண்டு குழந்தைகளை வளர்க்கவேண்டிய முழுப் பொறுப்பு ஜோசஃபினுக்கு.

இதற்காக, அப்போதைய அரசியல், ராணுவத்தின் முக்கியப் புள்ளிகள் சிலரோடு நெருங்கிய தொடர்பை வளர்த்துக்கொண் டார். அதன்பிறகுதான், அவருடைய வாழ்க்கையில் நெப்போலியன் வந்தார்.

நெப்போலியனுக்கும் காதல் விஷயத்தில் சில ஏமாற்றங்கள் இருந்தன. ஆனால் அவையெல்லாம், முன்பு அவர் நிலையான வேலை / பதவி இல்லாமல் திணறிக்கொண்டிருந்தபோது ஏற்பட்டவை. இப்போது ராணுவத்தின் இளம் நட்சத்திரங்களில் ஒருவராக உயர்ந்திருக்கிற அவரை, யாரால் நிராகரிக்க முடியும்?

நெப்போலியனின் காதலை, ஜோசஃபின் மனப்பூர்வமாக ஏற்றுக்கொண்டார். அதன்பிறகு, காதல் ரசம் சொட்டச் சொட்ட, நெப்போலியன் அவருக்கு எழுதிய கடிதங்கள் உலகப் புகழ் பெற்றவை.

நல்ல தலைவராக, மிகச் சிறந்த போர் வீரராகமட்டுமே அறியப் பட்டிருக்கிற நெப்போலியனின் இன்னொரு பக்கத்தை, இந்தக் காதல் கடிதங்கள் படம் பிடித்துக் காட்டுகின்றன. இப்போது அவற்றை வாசிக்கிறவர்கள், அத்தனை பெரிய வீரர், ஒரு பெண்ணின் அன்புக்காக எப்படியெல்லாம் விதவிதமாக ஏங்கியிருக்கிறார் என்று ஆச்சரியப்படுவது நிச்சயம்.

'நான் தூக்கத்திலிருந்து விழிக்கும்போது, எனக்குள் உன் நினைவுகள்தான் நிரம்பியிருக்கின்றன. உன்னை நினைக்கும்

போது, என் புலன்களுக்கு ஓய்வே இல்லை. இனியவளே, இணை யில்லாதவளே, உன்னுடைய ஓவியம்மட்டும் நீயாகிவிடமுடி யாது என்பதை நான் புரிந்துகொண்டுவிட்டேன், இன்னும் மூன்று மணி நேரத்தில் உன்னைப் பார்க்கப்போகிறேன், அதுவரை, ஆயிரம் முத்தங்கள். ஆனால், பதிலுக்கு நீ எதுவும் தரவேண்டிய தில்லை, ஏனெனில், உன் முத்தங்கள் என் ரத்தத்தைக் கொந்தளிக்கச் செய்கின்றன. '

ஜோசஃபினுக்கு முன்பும் பின்பும் நெப்போலியனின் வாழ்க்கை யில் பல பெண்கள் வந்துபோனதுண்டு. ஆனால், அந்தக் கணத்தில், அவர் முழுக்கமுழுக்க ஜோசஃபினின் ஞாபகத்தில் மட்டும்தான் மூழ்கியிருந்தார். வேறெதைப்பற்றியும் யோசிக்கத் தோன்றாதவராகத் திரிந்தார். ஜோசஃபினைச் சந்தித்த ஆறு மாதங்களுக்குள், அவரைத் திருமணம் செய்துகொள்ளத் தீர்மானித்துவிட்டார் நெப்போலியன்.

நெப்போலியனின் இந்தக் கண்மூடித்தனமான காதலை, அவரது தாய், சகோதரிகள் ஒப்புக்கொள்ளவில்லை. ஜோசஃபின் அழகியாக இருக்கலாம், ஆனால், நெப்போலியனுக்கு என்ன குறைச்சல்? ஒரு விதவையை, ஏற்கெனவே இரண்டு குழந்தைகள் பெற்றவரை, அது வும் நடத்தை சரியில்லை என நம்பப்படுகிறவரை அவர் ஏன் திரு மணம் செய்துகொள்ளவேண்டும் என்று அவர்கள் வாதிட்டார்கள்.

ஆனால் நெப்போலியன், 'நான் ஜோசஃபினைக் காதலிக்கிறேன், அவரைத்தான் திருமணம் செய்துகொள்ளப்போகிறேன்' என்று உறுதியாகச் சொல்லிவிட்டார்.

1796-ம் ஆண்டுத் தொடக்கத்தில், 'நெப்போலியன் - ஜோசஃபின்' திருமணத்துக்கான ஏற்பாடுகள் மும்முரமாக நடைபெற்றன. மார்ச் ஒன்பதாம் தேதி திருமண நாளாக நிச்சயிக்கப்பட்டது.

அன்றைய தினம், மற்றவர்கள் எல்லோரும் சரியாகக் கிளம்பி வந்துவிட்டார்கள். ஆனால், மாப்பிள்ளையைமட்டும் காணோம். எல்லோரும் பதற்றத்தோடு அவரைத் தேடத் தொடங்கினார்கள். கடைசியில், நெப்போலியன் தன்னுடைய அலுவலகத்தில் ஏதோ வேலையில் மூழ்கிக் கிடப்பது தெரியவந்தது.

'ஐயா, இன்றைக்கு உனக்குத் திருமணம்' என்று நண்பர்கள் சட்டையைப் பிடித்து இழுத்தபிறகுதான், நெப்போலியன்

சந்தேகத்துடன் எழுந்து புறப்பட்டார். முகூர்த்த நேரம் முடிந்து வெகு நேரத்துக்குப்பிறகு, 'ஸாரி, ஆஃபீஸ்ல ரொம்ப வேலை' என்றபடி வந்து சேர்ந்தார் மாப்பிள்ளை.

அதன்பிறகு, ஒருவழியாகத் திருமணம் நடந்து முடிந்தது. நெப்போலியனும் ஜோசஃபினும் முறைப்படி கணவன் மனைவியாக உறுதி எடுத்துக்கொண்டார்கள்.

ஆனால், ஆசை ஆசையாக ஜோசஃபினைக் காதலித்த நெப் போலியன், தன்னுடைய திருமணத் தேதியைக்கூட மறக்கும் அளவுக்கு, அவருக்கு அலுவலகத்தில் அப்படி என்னதான் வேலை?

தளபதி

கல்யாணமான இரண்டாவது நாள், மாப்பிள்ளை வெளிநாடு கிளம்புகிறார் என்றால், சுற்றியுள்ள வர்கள் அர்த்தபுஷ்டியோடு சிரித்து, 'ஹாப்பி ஹனிமூன்' என்று புதுத் தம்பதியரை வாழ்த்து வார்கள்.

ஆனால், நெப்போலிய மாப்பிள்ளை, தன்னுடைய திருமணம் முடிந்த இரண்டு நாள்களுக்குள், தன்னந் தனியாக இத்தாலிக்குக் கிளம்பிப்போனார். மணப்பெண் ஜோசஃபின், பாரிஸிலேயே இருக்க வேண்டியதாயிற்று.

ஹனிமூன்கூட கொண்டாடாமல் அப்படியென்ன தலை போகிற அவசரம்?

அவசரம்தான். அவர்களுடைய திருமணத் தேதிக்கு ஒரு வாரம்முன்புதான், இத்தாலியில் இருக்கிற பிரெஞ்சு ராணுவத்தின் தளபதியாக நியமிக்கப் பட்டிருந்தார் நெப்போலியன்.

6

இத்தனை நாள்களாக, இப்படி ஒரு பதவிக்காகத்தானே காத்திருந்தார். அப்படி ஒரு பதவி கிடைத்தபின், அவர் பொறுமையாக ஒரு வாரம் காத்திருந்து திருமணம் செய்துகொண்டதுதான், பெரிய அதிசயம். பழைய நெப்போலியனாக இருந்தால், கல்யாணமாவது, காது குத்தாவது என்று அந்த விநாடியே குதிரைமீது ஏறிக்கொண்டு இத்தாலியைப் பார்க்கப் புறப்பட்டிருப்பார்.

ஜோசஃபின்மீதான தீவிரக் காதல்மட்டும்தான், நெப்போலியனைக் கொஞ்சம் தாமதிக்கச் செய்தது. பாவம், அந்தப் பெண்ணை ஏமாற்றவேண்டாம், ஒரு வாரம்தானே, மோதிரம் மாற்றிக்கொண்டு உடனே கிளம்பிவிடலாம் என்று தீர்மானித்திருந்தார்.

அந்த ஒருவார காலத்தையும் அவர் வீணடிக்கவில்லை. இத்தாலிய ஆக்கிரமிப்புபற்றிக் கச்சிதமாகத் திட்டங்கள் தயார் செய்துகொண்டார். எங்கே, என்ன செய்யவேண்டும், எப்படிச் செய்யவேண்டும் என்றெல்லாம் கச்சிதமாகப் பட்டியல்போட்டு வைத்துக்கொண்டார்.

திருமணம் முடிந்தது. இரண்டாவது நாள், திட்டமிட்டபடி நெப்போலியன் இத்தாலிக்குக் கிளம்பிவிட்டார். டுலானுக்குப் பிறகு, நிஜமான போர்க்களத்தில் தன்னுடைய திறமையைக் காண்பிக்கும் அபூர்வமான சந்தர்ப்பத்தை நினைக்கும்போது, அவருடைய முகமெல்லாம் பூரிப்பு, நெஞ்செல்லாம் சந்தோஷம்.

இந்தமுறை இணைத் தளபதி, துணைத் தளபதி என்றெல்லாம் எந்தக் கொம்பனும் கிடையாது. முழுக்கமுழுக்க, இது நெப்போலியனின் போர், ஜெயித்தால் முழுப் பெருமையும் எனக்குத்தான்.

ஒருவேளை தோற்றுவிட்டால்? அதைப்பற்றி ஏன் நினைக்கவேண்டும்? நான்தான் ஜெயிக்கப்போகிறேனே? பிறகு ஏன் வீணாகத் தோல்வியைப்பற்றியெல்லாம் யோசித்துக்கொண்டிருக்கவேண்டும்?

இத்தாலி விஷயத்தில், நெப்போலியனின் திட்டமெல்லாம் சரியாகத்தான் இருந்தது. ஆனால், அதை அவர் நினைத்தபடி செயல்படுத்தமுடியாதவண்ணம், அங்கே ஒரு பெரிய பிரச்னை அவருக்காகக் காத்திருந்தது.

அதைப்பற்றி விரிவாகப் பார்ப்பதற்குமுன்பு, ஒரு முக்கியமான கேள்வி, இத்தாலியில் எதற்கு பிரெஞ்சுப் படைகள்? பிரான்ஸ்,

இத்தாலி என்பவை இரண்டு வெவ்வேறு நாடுகள் இல்லையோ? பிரெஞ்சுக்காரர்கள் ஏன் மெனக்கெட்டுத் தங்களுடைய படைகளை இத்தாலியில் கொண்டுபோய் நிறுத்திவைக்கவேண்டும்?

அப்போதைய இத்தாலியின் வரலாறு, புவியியலைச் சுருக்க மாகப் பார்த்துவிட்டால் பதில் கிடைக்கும்.

முதல் அத்தியாயத்தில் தொடங்கி, 'இத்தாலி' என்பதை ஒரு நாட்டின் பெயராகவே தொடர்ந்து குறிப்பிட்டுக்கொண்டிருக் கிறோம். ஆனால் உண்மையில், இத்தாலி என்கிற நாடு, பத்தொன்பதாம் நூற்றாண்டின் மத்தியில்தான் (1861) உருவானது.

அதாவது, நெப்போலியன் இறந்து நாற்பது வருடங்களுக்குப் பிறகுதான், இப்போது நாம் 'இத்தாலி' என்று அழைக்கிற நவீன தேசம் உருவாகியிருக்கிறது.

அப்படியானால், கல்யாணமான இரண்டாவது நாள் நெப்போலி யன் எங்கே கிளம்பிப்போனார்?

அதுவும் இத்தாலிதான். ஆனால், கொஞ்சம் வித்தியாசமான, பழைய கால இத்தாலி.

பதினெட்டாம் நூற்றாண்டு உலகப் படத்துக்குப் போவோம். நம் கதை நிகழ்கிற இந்த 1796-ம் ஆண்டிலிருந்து, அறுபத்தைந்து வருடங்கள் கழித்துதான் நவீன 'இத்தாலி' உருவாக்கப்பட்டிருக் கிறது. அதுவரை அங்கிருந்தவை எல்லாம், துண்டு, துக்கடாப் பிரதேசங்கள்தான்.

இவற்றைச் சிலர் மாநிலங்கள் என்று அழைக்கிறார்கள், வேறு சிலர் குறுநிலப் பகுதிகள் என்கிறார்கள், குடியரசுகள் என்கிறார் கள்.

காரணம், அப்போது இந்தப் பகுதிகள் எவற்றிலும் நிலையான அரசாங்கம் என்று எதுவும் உருவாகியிருக்கவில்லை. பலதரப் பட்ட ஆக்கிரமிப்பாளர்களின் பிடியில் இவை இருந்தன.

ஆனால், பல்வேறு தரப்பினர் ஒருவரையொருவர் ஆக்கிரமித்துச் சண்டை போட்டாலும், அடிப்படையில் இங்கு வாழ்ந்த மக்களில் பெரும்பாலானோர் மொழி, கலாசார ரீதியில் ஒருங்கிணைந் திருந்தார்கள். தங்களை 'இத்தாலியர்கள்' என்று பெருமையோடு அழைத்துக்கொண்டார்கள்.

இந்த இத்தாலியர்கள் எல்லோருக்கும் நீண்ட நாள் ஏக்கம், அல்லது கனவு ஒன்று இருந்தது. அந்தக் கனவு, 1861-ல் நிறைவேறியது. அப்போது இத்தாலி ஒரு நாடாக ஒருங்கிணைக்கப்பட்டது. எனினும், பழைய வரலாறைப் பேசும்போது, ஒரு வசதிக்காக, இந்தப் பகுதியில் அமைந்த தேசங்களைக் குறிப்பிடும்போது, 'இத்தாலி' என்றே அழைப்பது வழக்கம்.

நெப்போலியனின் பிறந்த நாடான கோர்ஸிகாவைக் கைப்பற்றி யது, இத்தாலியின் ஒரு பகுதியான ஜெனோவாக் (Genoa) குடியரசு தான். என்றாலும், பெரும்பாலானோர் அதனை இத்தாலிய ஆக்கிரமிப்பு என்றுதான் எழுதுவார்கள்.

ஆக, நெப்போலியனின் காலத்தில் இத்தாலி என்று ஒரு தேசம் இல்லை. அங்கே இருந்ததெல்லாம் குட்டிக் குட்டி ராஜாங்கங்கள் தான். அவர்களிடம் படைபலமோ பொருளாதார பலமோ கிடை யாது. எனவே, அந்தக் குட்டி ராஜாங்கங்களைச் சுருட்டித் தம் பாக்கெட்டில் போட்டுக்கொள்ள, பல அண்டை நாடுகள் முயற்சி செய்தன. அவற்றில் முக்கியமானவை, முதலில் ஸ்பெயின், பிறகு ஆஸ்திரியா.

உலகப் படத்தில், இத்தாலிக்கு மேற்கே, பிரான்ஸ் தாண்டி ஸ்பெயினைப் பார்க்கலாம். அங்கிருந்து மெனக்கெட்டுக் கிளம்பி வந்து இத்தாலியின் பகுதிகளைப் பிடுங்கிக்கொண்டார்கள். இவர்களை எதிர்த்து நடந்த போர்களால் இத்தாலியில் அமைதி குறைந்தது, பொருளாதார நிலைமை மேலும் சீர்குலைந்தது.

பதினாறாம் நூற்றாண்டில், ஸ்பெயின் அடாவடி செய்தது என்றால், பதினெட்டாம் நூற்றாண்டில் இத்தாலிக்கு வில்லனாக வந்து சேர்ந்தது ஆஸ்திரியா.

ஸ்பெயினுடன் ஒப்பிடும்போது, இத்தாலிக்கு மிகப் பக்கத்தில் இருக்கிறது ஆஸ்திரியா. உலகப் படத்தில், இத்தாலியின் தலை யோடு ஒட்டினாற்போல் ஆஸ்திரியாவைப் பார்க்கமுடியும்.

இப்படியொரு சூழ்நிலையில்தான், நெப்போலியன் தேனிலவைக் கூடத் துறந்துவிட்டு இத்தாலிக்குச் சென்றார். ஆஸ்திரியாவை எதிர்த்து, இத்தாலியப் பகுதிகளுக்கு விடுதலை வாங்கிக் கொடுப் பதற்காக, அங்கே பிரெஞ்சுப் படைகள் அணிவகுத்திருந்தன.

ஆக்கிரமித்தது ஆஸ்திரியா, ஆக்கிரமிக்கப்பட்டது இத்தாலி. இந்த இரண்டுக்கும் சம்பந்தமே இல்லாத பிரான்ஸ், ஏன் அங்கே

போய் சண்டை போடவேண்டும்? பிரான்ஸில் அப்போதுதான் பிரெஞ்சுப் புரட்சி நடைபெற்று, முடியாட்சி தூக்கி வீசப்பட்டு மக்களாட்சி மலர்ந்திருந்தது. இதைப் பார்த்த அக்கம்பக்கத்து நாடுகள், குறிப்பாக அவற்றின் அரசர்கள் திகைத்துப்போனார்கள்.

மாட்சிமை தாங்கிய மன்னர்களின் கிரீடத்தைப் பறித்துத் தூக்கி எறிந்துவிட்டு, கிரீடம் அணிந்த தலையை வெட்டி எறிந்துவிட்டு, மக்களே ஆட்சி அமைத்துக்கொள்வது என்கிற நினைப்பே அவர்களுக்குத் திகிலூட்டியது. ஒருமுறை தங்களுடைய கழுத்தைத் தொட்டுப் பார்த்துக்கொண்டு, 'இது அநியாயம்' என்று குரல் கொடுத்தார்கள். ரகசியமாகக் கூடிப் பேசினார்கள். பகிரங்கமாக ஒரு முடிவை அறிவித்தார்கள்.

'பிரெஞ்சுப் புரட்சி ஒரு மோசமான முன்னுதாரணம், எப்படியாவது அதை வீழ்த்தி, அந்நாட்டைப் பழைய நிலைமைக்குத் திருப்பியாக வேண்டும். அதாகப்பட்டது, பிரான்ஸில் இருக்கும் மக்கள் ஆட்சி செல்லாது. அதை வீழ்த்திவிட்டு, பழையபடி லூயிக்களைக் கொண்டுவந்து சிம்மாசனத்தில் உட்காரவைக்க வேண்டும்.'

எப்படியிருக்கிறது கதை? பிரான்ஸில் என்ன ஆட்சி நடக்க வேண்டும் என்று சுற்றியிருக்கிறவர்கள் தீர்மானிப்பார்களாம். அதைப் பார்த்துக்கொண்டு புதிய அரசாங்கம் சும்மா இருக்குமா?

இதை யோசித்த பக்கத்து நாடுகள், பிரான்ஸ்மீது நேரடியாகப் படையெடுக்காமல், அதன் எல்லைப் பகுதிகளில் விஷமம் செய்யத் தீர்மானித்தன. அதன் ஒரு பகுதிதான் இத்தாலி மீதான ஆக்கிரமிப்பு.

அதாவது, இத்தாலிமீது படையெடுத்தால், பிரெஞ்சு ராணுவம் டென்ஷனாகிப் போருக்குக் கிளம்பி வரும், அவர்களைத் தோற்கடித்துவிட்டால், பிரான்ஸின் எல்லையிலும் கொஞ்சம் சாப்பிடலாம்.

இந்தத் திட்டங்களை முறியடிக்கவேண்டிய பொறுப்புதான், நெப்போலியனுக்கு வழங்கப்பட்டிருந்தது.

இத்தாலியைக் கைப்பற்றுவது பிரான்ஸின் நோக்கம் இல்லை. வேண்டுமென்றே வம்பு வளர்க்கிற ஆஸ்திரியர்களைத் துரத்தியடிக்கவேண்டும். ஆனால் கைப்பற்றிய பகுதிகளுக்கெல்லாம்,

சுதந்தரம் கொடுத்துவிடவேண்டும் என்பதுதான் பிரான்ஸின் திட்டம். ஏனென்றால் பிரான்ஸில் நடப்பது மக்களாட்சி அல்லவா!

மிகுந்த ஆவலுடன் இத்தாலிக்குக் கிளம்பிச் சென்றார் நெப்போலி யன். ஓர் உயர்ந்த நோக்கத்துக்காகப் போராடுகிறோம் என்கிற சந்தோஷம் அவருக்கு.

ஆனால், நெப்போலியனின் மனோநிலைக்கு நேரெதிராக, இத்தாலியில் இருந்த பிரெஞ்சுப் படைகள் மனத்தளவில் தளர்ந் திருந்தன. அந்தப் போர் வீரர்கள் முன்பு, நெப்போலியன் என்ன தான் வீராவேசமாகப் பேசினாலும், எடுபடவில்லை. 'சர்த்தான் போய்யா' என்று சொல்லாதகுறையாக எல்லோரும் முகத்தைத் திருப்பிக்கொண்டார்கள்.

அவர்களுடைய கோபத்திலும் ஒரு நியாயம் இருந்தது. அந்நிய தேசத்தில் முகாமிட்டிருக்கிற ஒரு படைக்குத் தேவையான அடிப் படை வசதிகள்கூட, அவர்களுக்குக் கிடைத்திருக்கவில்லை - ஒழுங்கான சாப்பாடு இல்லை, சீருடைகள் இல்லை, காலுக்கு பூட்ஸ் இல்லை, இதையெல்லாம் நினைத்து சோகமாகத் 'தண்ணி' அடிக்கலாம் என்றால், ரம்கூட இல்லை.

இப்படி எதுவுமே இல்லாமல், மாதக்கணக்காக, வருடக்கணக் காகச் 'சண்டை போடு' என்று எங்களை நடுத்தெருவில் நிறுத்தி னால் என்ன அர்த்தம் என்று அங்கிருந்த வீரர்கள் கடும் ஆத்திரத்தி லிருந்தார்கள். இதனால், படையினுள் ஏகப்பட்ட கலாட்டா, உள் கலகங்கள், அத்துமீறல்கள். குழுத் தலைவர்கள், படைத் தலைவர்கள், ஏன், தளபதியின் பேச்சைக்கூட யாரும் மதிக்கத் தயாராக இல்லை.

இத்தாலியில் இருக்கும் தன்னுடைய வீரர்களைப் பட்டினி போடவேண்டும் என்று பிரான்ஸ் அரசாங்கத்துக்குமட்டும் ஆசையா? இப்படியொரு மிகப் பெரிய போரைச் சமாளிக்கும் அளவுக்கு, அவர்களிடம் நிஜமாகவே பணம் இல்லை என்பது தான் உண்மை.

புரட்சி அரசாங்கத்தின் கஜானா காலி. ஆனால், அதன் விரோதி களைப் பாதுகாக்கவேண்டிய அவசியம். இந்த இரண்டுக்கும் நடுவே, நெப்போலியன் மாட்டிக்கொண்டார்.

'ஆஸ்திரியாவை விரட்டுவோம், பிரான்ஸ் ராஜ்ஜியத்தைக் காப்பாற்றுவோம்' என்று அவர் முழங்கினால், 'பேச்செல்லாம் நல்லாத்தான் இருக்கு. ஆனால், காலுக்கு பூட்ஸ்கூட இல்லை' என்று வீரர்கள் கிண்டலடித்தார்கள். அவர் சொல்வதை யாரும் நம்புகிற வழியைக் காணோம்.

இப்படி ஒரு படையை வைத்துக்கொண்டு, ஆஸ்திரியாவை எப்படி எதிர்க்கமுடியும்? இவர்களுக்கு முழு வயிறுச் சாப்பாடாவது போடுங்கள் என்று அரசாங்கத்தைக் கேட்டால், காலிப் பாக்கெட்களைக் காட்டிக் கை விரிக்கிறார்கள்.

என்ன செய்யலாம் என்று யோசித்தார் நெப்போலியன். இப்போதைக்குப் பாரிஸிலிருந்து பைசா வரப்போவதில்லை. பணம் இல்லாமல், அடிப்படை வசதிகள்கூட இல்லாமல், இந்த வீரர்கள் ஒரு தூசைக்கூட நகர்த்திவைக்கப்போவதில்லை - இந்த இரண்டு துருவங்களையும், அவரவர் வழியில் சென்றுதான் சமாளிக்கவேண்டும் என்று தீர்மானித்தார் அவர்.

முதல் வேலையாகத் தன்னுடைய படை வீரர்களை அழைத்துப் பேசினார் நெப்போலியன், 'தம்பிகளா, நீங்கள் எல்லோரும் எந்த வசதியும் இல்லாமல் சண்டை போடுகிறீர்கள். சந்தோஷம், உங்களுக்குத் தேவையான சகல வசதிகளையும் வாங்கித்தர வேண்டியது என்னுடைய பொறுப்பு, எல்லாம் சரியாகிவிடும், நம்புங்கள்'

அந்தப் படை வீரர்கள் நெப்போலியன்போல் எத்தனை பேரைப் பார்த்திருப்பார்கள்? இந்த வாய் வார்த்தைகளையெல்லாம் அவர்கள் நம்புவதாக இல்லை. அவர்களுடைய மனோநிலை யில் எந்த மாற்றமும் தென்படவில்லை.

ஆனால், நெப்போலியன் எப்போதும்போல் தன்னுடைய முயற்சியைத் தொடர்ந்தார், 'இத்தனை தியாகங்களைச் செய்து, நாம் ஆஸ்திரியாவின் ஆக்கிரமிப்பை எதிர்த்துக்கொண்டிருக் கிறோம். அந்தத் தியாகங்களுக்கெல்லாம் ஓர் அர்த்தம் வேண் டாமா? நாம் சில பகுதிகளை ஜெயித்துக் காட்டினால்தானே, பாரிஸில் இருக்கிறவர்களுக்கு நம்மீது நம்பிக்கை வரும்?'

வீரர்களிடம் இப்படி நைச்சியமாகப் பேசிக்கொண்டிருந்த அதே நேரத்தில், அரசாங்கத்தினருக்கும் தொடர்ந்து கடிதங்கள் எழுதிக் கொண்டிருந்தார் நெப்போலியன், 'வீரர்களுக்குத் தேவை யானதைச் செய்து கொடுக்கவேண்டியது நம்முடைய கடமை.

அதைச் செய்தால்தான், அவர்களால் வேகத்துடன் ஆஸ்திரியாவை எதிர்க்கமுடியும், நம்முடைய இத்தாலிய ஆக்கிரமிப்பு வெற்றியடையும். தயவுசெய்து இதைச் செலவாக நினைக்காதீர்கள், இது ஒரு முதலீடு, இதைச் செய்தால்தான், புதிய பகுதிகளும் செல்வங்களும் நமக்குக் கிடைக்கும்'

இப்படி இருதரப்பினருக்கும் தொடர்ந்து அழுத்தம் கொடுத்துக் கொண்டிருப்பது, நெப்போலியன் கண்டறிந்த பாணி. இதன்மூலம், இரண்டு பக்கமும் தனக்கு வேண்டியதை அவரால் பெற்றுவிடமுடிந்தது.

நெப்போலியனின் இந்தத் தொடர் கடிதங்களைப் படித்த அரசாங்கத்தினர், பத்து ரூபாய் தரவேண்டிய இடத்தில் நாலு ரூபாயாவது கொடுத்தார்கள். அதை வைத்து, படை வீரர்களுக்குத் தேவையான சில அடிப்படை விஷயங்களை நெப்போலியனால் செய்து தரமுடிந்தது.

இதைப் பார்த்த வீரர்களுக்கு, நெப்போலியன்மீது நம்பிக்கை ஏற்பட ஆரம்பித்தது. இவர் சொன்னதைச் செய்யக்கூடியவர் என்று தெம்போடு தங்களுடைய பணிகளில் ஒழுங்காக ஈடுபட்டார்கள். பிரெஞ்சுப் படை நெப்போலியனின் கட்டுக்குள் வந்தது.

அடுத்த கட்டமாக, சில சிறு பகுதிகளைக் கைப்பற்றும் முயற்சியில் இறங்கினார் நெப்போலியன். ஆஸ்திரியப் படைகளை நேரடியாக எதிர்க்காமல், அவர்கள் அசந்து மறந்த சில இடங்கள் பிரெஞ்சுப் படையின் கட்டுப்பாட்டில் வந்தன.

இந்தச் சின்னச் சின்ன வெற்றிகளைக்கூட, மிகப் பெரிய சாதனைகளாக முன்னிறுத்திப் பேசினார் நெப்போலியன். 'இந்தப் பகுதிகளை ஜெயித்த நம்மால், மொத்த ஆக்கிரமிப்பையும் எதிர்த்து விரட்டமுடியும்' என்று சொல்லி நம்பிக்கை கொடுத்தார்.

பிரெஞ்சுப் போர் வீரர்கள் காத்திருந்தது இந்த 'வெற்றி' உணர்வுக்காகத்தான். அந்த ருசி கண்டுவிட்டபிறகு, அவர்களுடைய வேகம் பலமடங்காக அதிகரித்தது. பிரான்ஸ் படைகளுக்குத் தொடர் வெற்றிகள் கிடைக்கத் தொடங்கின.

இந்த வெற்றிகள் ஒவ்வொன்றைப்பற்றியும், பாரிஸுக்குக் கடிதங்கள் எழுதினார் நெப்போலியன், 'நம்முடைய வீரர்கள் இத்தனை சாதித்திருக்கிறார்கள், பதிலுக்கு, நீங்கள் என்ன

தரப்போகிறீர்கள்?' என்று அவருடைய கடிதங்கள் மறைமுக மாகக் கேள்வி கேட்டன.

கொஞ்சம்கொஞ்சமாக, தன்னுடைய படை வீரர்களுக்குத் தேவை யான எல்லா அடிப்படை வசதிகளையும், கூடுதல் பரிசுகள், கௌரவங்களையும் பெற்றுத் தந்தார். இதன்மூலம், அவர்கள் ஊக்கத்துடன் தொடர்ந்து போரிட்டார்கள்.

இந்தக் காலகட்டத்தில் நெப்போலியன் தனது மேலிடத்துக்கு எழுதிய கடிதங்கள் மிகச் சுவாரஸ்யமானவை. அவற்றில், 'இந்த ஆக்கிரமிப்பை எதிர்ப்பது, என்னுடைய பொறுப்பு' என்கிற கம்பீரம் தெளிவாக வெளிப்படுகிறது. அதேசமயம், 'நான் உங் களுக்குப் பணிந்தவன்' என்பதுபோன்ற ஒரு பிரமையும் இருக் கிறது.

ஆஸ்திரியாவுக்கு எதிரான சண்டைகள் சூடுபிடித்துக்கொண் டிருந்தபோது, பிரான்ஸ் ராணுவத்தில் பணிபுரிந்துகொண்டிருந்த தன்னுடைய நம்பிக்கைக்குரிய நண்பர்கள் சிலரை இத்தாலிக்கு வரவழைத்தார் நெப்போலியன். பல முக்கியப் பொறுப்புகள் அவர்களிடம் ஒப்படைக்கப்பட்டன.

இதன்மூலம், மொத்தப் படைப் பிரிவையும் நெப்போலியன் பாணியில் இயங்கச் செய்யமுடிந்தது. அவருடைய ஆரம்பக் காலத் திட்டங்கள் சிலவற்றை, இப்போதுதான் நிறைவேற்றுகிற வாய்ப்பு கிடைத்தது.

அதுவரை இத்தாலிக்குச் சென்ற பிரெஞ்சுத் தளபதிகள் பலர், போனேன், வந்தேன் என்று அடுத்த குதிரையைப் பிடித்துத் திரும்பி வந்துகொண்டிருந்ததுதான் வழக்கம். இந்தச் சூழலில், நெப்போலி யன் தலைமையிலான படை, பல குறிப்பிடத்தக்க வெற்றிகளைப் பெறத் தொடங்கியது. கொஞ்சம் கொஞ்சமாக இத்தாலியில் ஆஸ்திரியாவின் ஆக்கிரமிப்பு அகற்றப்பட்டுக்கொண்டிருந்தது.

நெப்போலியன் வாழ்நாள்முழுவதும் பின்பற்றுவதற்கான போர்த் தந்திரங்களை இந்த நாள்களில்தான் சுயமாகக் கற்றுக் கொண்டார். போர்க் களங்களில் அதுவரை யாரும் நினைத்துக் கூடப் பார்த்திருக்காத விஷயங்களையெல்லாம் அநாயாசமாக முயன்று பார்த்து வெற்றியடைந்தார் நெப்போலியன்.

இதனால், ஆரம்பத்தில் அவரைச் சாதாரணமாக நினைத்துக் கொண்டிருந்த படைவீரர்கள்கூட, பின்பு நெப்போலியன், 'என்ன

சொன்னாலும் கண்ணை மூடிக்கொண்டு பின்பற்றவேண்டும்' என்கிற அளவுக்கு விசுவாசத்துடன் செயல்படத் தொடங் கினார்கள்.

ஆஸ்திரியாவின் ஆக்கிரமிப்பிலிருந்து தற்காத்துக் கொள்ளத் தொடங்கிய போர், நெப்போலியனின் உந்துதலால், ஜெயித்தாக வேண்டிய போராக நிறம் மாறியது.

'இதுதான் திட்டம். என்ன நடந்தாலும் இதைத்தான் செய்யவேண் டும்' என்று நெப்போலியன் எப்போதும் உறுதியாகத் தீர்மானித்துக் கொண்டதில்லை. ஒரு தெளிவான திட்டத்தோடு வேலையைத் தொடங்குவோம், ஒருவேளை அது எதிர்பார்த்தபடி வெற்றி யடையாவிட்டால், அப்போதைய நிலைமையை யோசித்து, இன் னொரு திட்டத்தை உருவாக்கிக்கொள்ளவேண்டியது. எப்படியோ, தொடர்ந்து முன்னேறிக்கொண்டே இருப்பதுதான் முக்கியம்.

போர் செய்வது என்று ஓர் இடத்துக்குக் கிளம்பி வந்துவிட்டால், அந்தப் பகுதியின் புவியியல் மொத்தமும் அவருடைய மனத்தி னுள் வரைபடமாகப் பதிந்துவிடும். ஒரு தெரு, ஒரு மலை, ஒரு பள்ளத்தாக்கு, ஒரு நதி, ஒரு குட்டையைக்கூட விட்டுவைக்கா மல் கச்சிதமாகப் புரிந்துகொள்வதுதான் நெப்போலியனின் முதலாவது தாக்குதல் நடவடிக்கை.

இப்படித் தனக்குள் போர்க்களத்தின் வரைபடத்தைப் பதிய வைத்துக்கொண்டபிறகு, எதிரிப் படைகள் எங்கே முகாம் போட்டிருக்கின்றன என்பதைக் கவனிப்பார் நெப்போலியன். நாளைக் காலை தூங்கி எழுந்து பல் தேய்த்துச் சாமி கும்பிட்ட தும், அவர்கள் எந்த திசையிலிருந்து நம்மைத் தாக்க வருவார்கள் என்று யோசிப்பார்.

எதிராளி என்ன செய்யப்போகிறான் என்பதை நெப்போலியன் சரியாக ஊகித்துவிட்டாலே, போரில் பாதியை ஜெயித்துவிட்ட தாக அர்த்தம். அதன்பிறகு, அவர்கள் எதிர்பாராத நேரத்தில், எதிர்பாராத விதத்தில் அவர்களைத் தாக்குவதற்கான திட்டத்தை மளமளவென்று கற்பனையிலேயே உருவாக்கிவிடுவார்.

நெப்போலியனின் இன்னொரு மிகப் பெரிய பலம், அவருடைய அலைவரிசையில் சிந்திக்கும் நண்பர்கள், துணைத் தலைவர்கள். அவரது திட்டங்களைக் கச்சிதமாக நிறைவேற்றி வெற்றியடையச் செய்வதில் இவர்களுக்கு மிக முக்கியமான பங்கு இருந்தது.

இத்தாலியில் நெப்போலியனின் படை, பல முக்கியமான பகுதிகளைக் கைப்பற்றிக் கொஞ்சம்கொஞ்சமாக முன்னேறத் தொடங்கியது. இதனால், ஆஸ்திரியப் படைகள் பின்னே நகர்ந்து, தங்களுடைய நாட்டுப் பகுதியினுள் ஒடுங்கவேண்டிய தாயிற்று.

இப்படி ஆஸ்திரியாவிடமிருந்து பிரெஞ்சுப் படைகள் கைப் பற்றிய இத்தாலியப் பகுதிகள் அனைத்தும், பிரான்ஸ் நாட்டுக்குத் தான் சொந்தமாகிறது. ஆனால், இந்தப் பொதுவான விதி முறையை நெப்போலியன் பின்பற்றவில்லை.

'மக்களாட்சி நடைபெறும் பிரான்ஸ் அரசாங்கம், யாரையும் அடிமைப்படுத்த விரும்பவில்லை. ஆகவே, இத்தாலி மக்களே, உங்களுக்கெல்லாம் முழுச் சுதந்தரம். பிரான்ஸை எதிர்க்க மாட்டோம் என்று ஒரு வார்த்தை உறுதிமொழி கொடுங்கள், அமைதி ஒப்பந்தத்தில் கையெழுத்துப் போட்டுவிடுங்கள், அதன்பிறகு, உங்களை நீங்களே ஆட்சி செய்துகொள்ளுங்கள்!' - என்று சொல்லிவிட்டு, நெப்போலியன் தன் படையினரோடு அடுத்தப் பகுதியைக் கைப்பற்றக் கிளம்பினார்.

ஆனால், இப்படி ஊருக்கெல்லாம் உதவி செய்துகொண்டிருந் தால், பிரான்ஸின் நிலைமை என்ன ஆவது? இத்தனை காசு செலவழித்துப் போர் நடத்துகிறார்கள், அவர்களையும் கொஞ்சம் திருப்திப்படுத்தவேண்டாமா?

அதற்கும் நெப்போலியன் ஒரு வழி வைத்திருந்தார். தான் ஜெயிக்கிற ஒவ்வொரு பகுதியிலிருந்தும், குறிப்பிட்ட ஒரு தொகையை, அல்லது செல்வங்களைப் பெற்று பாரிஸுக்கு அனுப்பிவைத்துக்கொண்டிருந்தார்.

மற்ற படைத் தளபதிகளெல்லாம், 'காசு கொடு, காசு கொடு' என்று ராணுவத்தை, ஆட்சியாளர்களை நச்சரித்துக்கொண்டிருந் தார்கள். ஆனால், நெப்போலியன்மட்டும் கொஞ்சம் வித்தியாச மாகப் பாரிஸுக்குப் படியளந்துகொண்டிருந்தார்.

அப்போதைய பிரெஞ்சு அரசாங்கத்திடம், புரட்சி ஆட்சி என்கிற பெருமைதான் இருந்தது, பணம் இல்லை. ஆகவே, நெப்போலி யன் அனுப்பிவைக்கிற செல்வங்களைப் பார்க்கப் பார்க்க, அப் போதைய ஆட்சியாளர்களுடைய கண்கள் விரிந்தன, 'அண்ணல் நெப்போலியன் வாழ்க வாழ்க' என்று கோஷம் போடாத குறையாக அள்ளிக்கொண்டார்கள்.

இதனால், மேலிடத்தில் நெப்போலியனுக்கு நல்ல பெயர். தன்னுடைய படை வீரர்களுக்காக அவர் கேட்கிற வசதிகளெல் லாம் உடனடியாகக் கிடைத்தன.

இத்தாலிய ஆக்கிரமிப்பின்போது, நெப்போலியனுக்குக் கிடைத்த தொடர் வெற்றிகள், மனத்தளவில் அவரிடம் ஒரு பெரிய மாற்றத்தை உருவாக்கியிருந்தன. தன்னைப்பற்றி அவர் கொண்டிருந்த சில சுய மதிப்பீடுகள், உறுதி பெறத் தொடங்கின. உள்ளுக்குள் தன்னம்பிக்கை பொங்கியது. கண்ணுக்கு எதிரே தன்னுடைய திட்டங்கள், புதுப்புது உத்திகள் நன்கு செயல்பட்டுப் பலனளிப்பதைப் பார்க்கும்போது, அவருக்கு உற்சாகம் தாங்கவில்லை.

போதாக்குறைக்கு, இத்தாலிய மக்களும் நெப்போலியனைத் தங்களுடைய மானசீகத் தலைவராகவே எண்ணி வரவேற்கத் தொடங்கியிருந்தார்கள். அவருடைய ஒவ்வொரு வெற்றியை யும் உள்ளூர் மக்கள் தங்களின் வெற்றியாகவே கொண்டாடி மகிழ்ந்தார்கள்.

அதன்பிறகு, நெப்போலியனின் நடவடிக்கைகளில் பெரிய மாற்றங்கள் தெரியத் தொடங்கின. எதைப்பற்றிச் சிந்தித்தாலும், வெறும் ராணுவக் கண்ணோட்டத்துடன் நின்றுவிடாமல், அரசியல், சமூகப் பார்வையோடு யோசிக்க ஆரம்பித்தார். வழக்கமான கம்பீரத்துடன், நிஜமான தலைவரைப்போலவே நடந்துகொண்டார்.

அப்போது, நெப்போலியனை நேரில் பார்த்தவர்கள் எல்லோருக் கும், இவர் படைத் தளபதியா, அல்லது பேரரசரா என்கிற சந்தேகம் வந்தது. சுற்றியிருக்கிறவர்கள் அவரைப் பார்க்கிற விதமும் மாறியது.

நெப்போலியனே அரசியல் முடிவுகள் எடுப்பதும் அமைதி ஒப்பந்தங்களில் கையெழுத்திடுவதும் மக்கள் அவருடைய வெற்றிகளைக் கொண்டாடுவதும் பாரிஸில் இருந்த பெரிய அரசியல் புள்ளிகளுக்குப் பிடிக்கவில்லை.

ஆகவே, அவர்கள் நெப்போலியனின் வாலைக் கொஞ்சம் நறுக்கிவைக்கத் தீர்மானித்தார்கள். அதற்கான ரகசியத் திட்டங் கள் தீட்டப்பட்டன.

ராஜ தந்திரி

ஆஸ்திரியாவை இத்தாலியிலிருந்து விரட்டியடித்த பிறகு, நெப்போலியன் அடுத்த கட்ட நடவடிக்கைக்குத் தயாரானார். தம்பிகளா, நீங்கள் எங்களுடைய எல்லைப்புறத்தில் விஷமம் செய்தீர்கள், நாங்களும் கொஞ்சம் விளையாடிப் பார்க்கத் தீர்மானித்திருக்கிறோம்.

ஆஸ்திரிய எல்லைகளுக்குள் நுழைந்து, சின்னச் சின்ன கிராமங்களையெல்லாம் கைப்பற்றத் தொடங்கினார் நெப்போலியன். கூடிய சீக்கிரத்தில் மொத்த ஆஸ்திரியாவையும் பிரான்ஸின் ஆஸ்தியாக எழுதி வாங்கிக்கொண்டுவிடத் திட்டம்.

அவ்வளவுதான். ஆஸ்திரியாவுக்குக் கதி கலங்கிவிட்டது. ஏற்கெனவே இத்தாலியில் நெப்போலியன் பிராண்ட் அடி எப்படி இருக்கும் என்று நன்றாக அனுபவித்துப் புரிந்துகொண்டவர்களாயிற்றே! அதனால் நெப்போலியனுடன் சமாதான ஒப்பந்தம் செய்துகொள்ள முன் வந்தார்கள். மாட்சிமை

தாங்கிய பிரெஞ்சு அரசரோ, அல்லது மக்களாட்சியோ, எதுவோ நன்றாக இருந்துவிட்டுப்போகட்டும், இனிமேல் நாங்கள் உங்கள் வழியில் வரவில்லை, நீங்களும் எங்களை விட்டுவிடுங்கள். ஆமென்.

நெப்போலியன் நினைத்திருந்தால், ஆஸ்திரியாவை இன்னும் கடுமையாகத் தண்டித்திருக்கமுடியும். ஆனால், அவர் இந்தச் சமாதான ஒப்பந்தத்தை மறுப்புச் சொல்லாமல் ஏற்றுக் கொண்டார்.

இதேபோல், போப் ஆண்டவரின் கட்டுப்பாட்டில் இருந்த பகுதிகளும் (Papal States) நெப்போலியனுடன் சமாதான ஒப்பந்தம் செய்துகொண்டன. ஐரோப்பா முழுவதும் நெப்போலியனின் பெயர் பிரபலமாகிக்கொண்டிருந்தது.

இதையெல்லாம் கவனித்துக்கொண்டிருந்த பாரிஸ் பேர்வழிகள், எரிச்சலடைந்தார்கள். பிரான்ஸை ஆட்சி செய்வது நாங்களா, அல்லது நெப்போலியனா? பிரெஞ்சு ராணுவம் ஜெயித்த இடங்களை நசுக்கித் தூர எறிவதா, அல்லது அவர்களோடு சமாதானம் செய்துகொள்வதா என்று நாங்கள்தானே தீர்மானிக்கவேண்டும்? நினைத்த நேரத்தில் எல்லோருடனும் அமைதிப் புறாவைப் பறக்கவிடுவதற்கு இந்த நெப்போலியன் யார்?

அவர்களால் புலம்பத்தான் முடிந்தது. நேரடியாக நெப்போலி யன்மீது எந்த நடவடிக்கையும் எடுக்கவில்லை. 'ஏன்யா இப்படிச் செய்யறே?' என்று அவரை அதட்டிக் கேட்கக்கூட பயப்பட் டார்கள்.

காரணம், மக்களிடையே நெப்போலியன் புகழ் ஏறிக்கொண்டி ருந்தது. அவருக்குப் பலமான ராணுவ ஆதரவும் இருக்கிறது. ஏதாவது சொல்லி, அவர் கோபித்துக்கொண்டு ராணுவப் புரட்சி நடந்து ஆட்சியைப் பிடித்துவிட்டால்? அப்புறம் கழுத்துக்கு கில்லட்டின் கத்திதான்.

நெப்போலியன் விஷயத்தில் சிலருக்குப் பயம், வேறு சிலருக்குப் பொறாமை. காசு கொடுத்துப் போர் நடத்துவ தெல்லாம் பிரெஞ்சு அரசாங்கம், இந்த ஆள் என்னடாவென்றால் நான்தான் உங்களுக்குச் சுதந்தரம் வாங்கிக் கொடுத்தேன் என்று இத்தாலி முழுக்கத் தம்பட்டம் அடித்துக்கொண்டிருக்கிறான்.

இத்தாலி மீனைப்போட்டு, நாளைக்கு பிரான்ஸைப் பிடித்துவிடு வானோ?

நெப்போலியனின் முக்கியத்துவத்தைக் குறைத்தாகவேண்டும் என்று திட்டமிட்டு, இன்னொருவரைத் தேர்ந்தெடுத்து இத்தாலிக்கு அனுப்பிவைத்தார்கள்.

அவர் பெயர் கெல்லெர்மன் (Kellermann). பிரெஞ்சு ராணுவத்தின் மிகச் சிறந்த படைத் தலைவர்களில் ஒருவர். அவரைத்தான் இத்தாலியில் நெப்போலியனுடன் இணைத் தளபதியாக நியமித்திருந்தார்கள்.

அதுவரை நெப்போலியன் பொறுப்பிலிருந்த படை, இப்போது நெப்போலியன், கெல்லெர்மன் இருவருடைய தலைமையிலும் சரிபாதியாகப் பிரிக்கப்பட்டது. அதோடு நிறுத்தாமல், முக்கியத் துவம் வாய்ந்த பல பொறுப்புகளை, நெப்போலியனிடமிருந்து பிடுங்கிக்கொண்டார்கள்.

தான் கஷ்டப்பட்டு வாங்கிக் கொடுத்த வெற்றியைப் பங்கு போட்டுக்கொள்வதற்கு எங்கிருந்தோ ஓர் இணைத் தளபதி வந்திருக்கிறார் என்றால் நெப்போலியன், சும்மா முதுகு சொறிந்து கொண்டிருப்பாரா என்ன?

உடனடியாக மேலிடத்துக்கு தன் பாணியில் ஒரு கோபமான கடிதம் எழுதினார்.

'அன்புள்ள ராணுவத்தாருக்கு வணக்கம், நலம், நலமறிய ஆவல். ஜெனரல் கெல்லெர்மன் பெரிய திறமைசாலிதான். அதில் எனக்கு எந்தச் சந்தேகமும் இல்லை. இந்த இத்தாலியப் படை யெடுப்பை, அவரால் மிகச் சிறப்பாக நடத்தமுடியும். ஆனால், ஒரே இடத்தில் இரண்டு பேர், ஒரே போரைப்பற்றி வெவ்வேறு விதமாகச் சிந்தித்துக்கொண்டிருப்பது சரிப்படாது. உங்களுக்கு என்மீது முழு நம்பிக்கை இருப்பது அவசியம். அது இல்லா விட்டால், கெல்லெர்மனே மொத்தப் பொறுப்புகளையும் ஏற்றுக்கொள்ளட்டும். இருவரும் சேர்ந்து செயல்படுவதில் யாருக்கும் எந்தப் பிரயோஜனமும் கிடையாது.'

பிரெஞ்சு ராணுவத்துக்குத் தேள் கடித்தாற்போலாகிவிட்டது. நெப்போலியன் கோபித்துக்கொண்டு கிளம்பி, அந்த நேரம் பார்த்து, இத்தாலியில் ஏதேனும் விபரீதம் நேர்ந்துவிட்டால் வேறு வினையே வேண்டாம்.

இந்த விஷயத்தில் ரிஸ்க் எடுக்க விரும்பாத ஆட்சியாளர்கள், எப்போதும்போல் நெப்போலியனிடமே முழுப் பொறுப்புகளை யும் ஒப்படைக்க முடிவுசெய்தார்கள். கெல்லெர்மனாஸ்திரம் முதல் சுற்றிலேயே முறிந்து சிதறிவிட்டது.

ராணுவத்தைப் பொறுத்தவரை, நெப்போலியன் எந்தச் சூழ் நிலையிலும் தன்னுடைய பொறுப்புகளைத் தட்டிக்கழிக்கவோ, யாரிடமும் பகிர்ந்துகொள்ளவோ விரும்பியதே இல்லை. எது நடந்தாலும், தனது அதிகாரங்களைத் தக்கவைத்துக்கொள்வதில் தான், அவருடைய முழுக் கவனம் இருந்தது. கடைசிவரை, இந்த முயற்சியில் அவருக்கு வெற்றிமட்டுமே கிடைத்தது.

இந்த நேரத்தில், நெப்போலியனின் தனிப்பட்ட வாழ்க்கையில் ஏகப்பட்ட பிரச்னைகள் முளைத்திருந்தன. அவருடைய காதல் மனைவி ஜோசஃபினுக்கு, வேறொருவருடன் தொடர்பு ஏற்பட் டிருந்தது. அவர்கள் இருவரும் பகிரங்கமாகப் பல இடங்களில் சுற்றித் திரிந்ததால், உள்ளூரில் நெப்போலியனின் பெயர் பயங்கர மாக ரிப்பேராகிக்கொண்டிருந்தது.

கல்யாணமான இரண்டாவது நாள் இத்தாலிக்குக் கிளம்பிச் சென்றுவிட்ட நெப்போலியனுக்கு, ஜோசஃபின் ஞாபகமாகவே இருந்தது. இதனால், தன்னுடைய ராணுவம் எங்காவது ஓர் இடத்தில் முகாம் அமைத்துத் தங்கினால், உடனே அங்கிருந்து தன் மனைவிக்குக் கடிதம் எழுத ஆரம்பித்துவிடுவார்.

இப்படி ஆசை ததும்ப நெப்போலியன் எழுதி அனுப்பிய கடிதங் களுக்கெல்லாம், ஜோசஃபினிடமிருந்து சரியாகப் பதில் வர வில்லை. அப்படியே வந்தாலும், ஏனோதானோவென்று ஏதோ கடமைக்கு எழுதியிருப்பார். காதல் ரசமோ, குழம்போ சொட்ட வில்லை.

ஜோசஃபின் இப்படித் தன்னைப் புறக்கணிப்பதுபோல் நடந்து கொள்வது, நெப்போலியனுக்கு மிகுந்த வேதனை அளித்தது. அதற்கான காரணம் என்ன என்று அரசல்புரசலாகக் கேள்விப் பட்டபோது, இந்த வேதனை கோபமாகவும் எரிச்சலாகவும் மாறியது.

ஜோசஃபினுக்கு இன்னொருவருடன் தொடர்பு இருக்கிறது இந்தத் தகவலை, நெப்போலியனால் உடனடியாக நம்பி விடமுடியவில்லை. காரணம், ஜோசஃபின்மீது நெப்போலியன்

கொண்டிருந்த அன்பு ஆழமானது. தன்னுடைய திருமண உறவுக்கு உண்மையாக இருக்கவே விரும்பிய அவர், ஜோசஃபி னும் அப்படியே நடந்துகொள்வார் என்றே நம்பினார்.

ஆகவே, இத்தனைக் கடிதங்கள். எல்லாவற்றிலும் கிட்டத்தட்ட ஒரே விஷயம்தான், 'எனக்கு உன் நினைவாகவே இருக்கிறது, நீ என்னுடன் வந்து தங்கிவிடு ஜோசஃபின்!'

ஆனால் ஜோசஃபின் நெப்போலியனைத் தொடர்ந்து அலட்சியப் படுத்திக்கொண்டிருந்தார். மிகவும் வற்புறுத்தியபிறகு, கடைசி யாகத் தன் கணவனைப் பார்க்கக் கிளம்பி வந்தார் ஜோசஃபின். அவரைப் பார்த்ததும், நெப்போலியனுக்கு அளவில்லாத சந்தோ ஷம். அப்போதும், ஜோசஃபின் நெப்போலியனுடன் அதிக நாள் தங்கவில்லை. ஏதோ உப்புப் பெறாத ஒன்றரையணாக் காரணங் களைச் சொல்லிவிட்டு ஊருக்குக் கிளம்பிவிட்டார்.

நெப்போலியனின் இத்தாலி ஆக்கிரமிப்பு, ஒரு வருட காலத்துக்குமேல் நீடித்தது. இந்தக் காலகட்டத்தில் போர் முறைகள் சம்பந்தமான பல விஷயங்களை நேரடியாக முயன்று பார்த்துக் கற்றுக்கொண்டார். படை வீரர்கள், உப தளபதிகள், பாரிஸில் இருக்கும் ராணுவ அதிகாரிகள், ஆட்சிக் குழுவினர், ஜெயித்த ஊரின் மக்கள், அங்குள்ள முன்னாள், பின்னாள் ஆட்சி யாளர்கள் என்று பலதரப்பட்டவர்களையும் அனுசரித்துக் கொண்டு போனால்தான், கிடைத்த வெற்றிக்கு ஓர் அர்த்தம் இருக்கும் என்பதை அனுபவபூர்வமாகப் புரிந்துகொண்டார்.

இதன்மூலம், அவருடைய தன்னம்பிக்கை அதிகரித்தது, அர சியல் பார்வை கூர்மையாகியது. இதையெல்லாம்விட முக்கிய மாக, பிரெஞ்சு அரசாங்கத்தின் பிரதிநிதியாக, ஐரோப்பா முழு வதும் புகழ் பெற்றார் நெப்போலியன்.

இத்தாலிப் போர் முடிந்து, பாரிஸ் திரும்பிய நெப்போலியனுக்கு, ஆரவாரமான வரவேற்பு அளிக்கப்பட்டது. அதன் மத்தியில், அடுத்து என்ன செய்யலாம் என்கிற தீவிரமான யோசனையில் மூழ்கினார்.

நெப்போலியன் யோசிக்க யோசிக்க, ஆட்சியில் இருந்தவர் களுக்குப் பதற்றம் கூடியது. எப்படியாவது இந்த ஆளை தூர தேசம் எதற்காவது அனுப்பிவிட்டால்தான் நிம்மதி என்று நினைத்தார்கள்.

இத்தாலியை ஜெயித்த நெப்போலியனே, உன் வீரத்தை மெச்சி னோம். உன்னைப்போன்ற மகா வீரனுக்கு, உள்ளூரில் என்ன வேலை? மறுபடியும் ஒரு பெரிய படை திரட்டிக்கொண்டு, எங்கேயாவது கண் காணாத தேசத்துக்குப் போய்விடேன்!

பக்கா சுயநலம்தான். ஆனால், அவர்கள் சொன்ன இந்த யோசனை நெப்போலியனுக்குப் பிடித்திருந்தது. போர்க்களம் பழகிவிட்ட மனத்தோடு, அவரால் பாரிஸில் சும்மா உட்கார்ந் திருக்கமுடியவில்லை.

ஆகவே, மீண்டும் போருக்குச் செல்வது என்று நெப்போலியன் தீர்மானித்தார். இனிமேல் மிச்சமிருப்பது இரண்டு கேள்விகள் தான் - யாரோடு? எங்கே?

அப்போதைய பிரான்ஸின் நீண்ட நாள் விரோதி என்று பார்த் தால், இங்கிலாந்துதான். பிரெஞ்சுப் படை வீரர்கள் யாரிடமும், 'நீங்கள் யாரை ஜெயிக்க விரும்புகிறீர்கள்?' என்று கேள்வி கேட் டால், அவர்களுடைய பதில், ஒரேமாதிரிதான் இருக்கும், 'அந்த இங்கிலாந்துப் பயலுவளை எப்படியாவது ஜெயிச்சுப்புடணும் சார்' - தூக்கத்திலிருந்து எழுப்பிக் கேட்டாலும், இந்தப் பதிலைத் தான் சொல்வார்கள்.

நெப்போலியனுக்கும் அந்த ஆசை இருந்தது. ஜெயிக்கமுடியாத சாம்ராஜ்ஜியம் என்று ஒன்று உண்டா? அப்படியே இருந்தாலும், அது பிரான்ஸாகத்தானே இருக்கவேண்டும்? எப்படியாவது இந்த இங்கிலாந்தின் வாலை ஒட்ட நறுக்கமுடிந்தால் நல்லது என்று அவரும் மிகத் தீவிரமாக யோசித்துக்கொண்டிருந்தார்.

ஆனால் அதற்காக, உடனடியாகப் படை திரட்டிக்கொண்டு இங்கிலாந்துக்குக் குதிரையை விரட்டிவிடமுடியாது. கடல் தடுக்கும், இங்கிலாந்துக் கடற்படை தடுக்கும், அவர்களிடம் சிக்கினால், உயிரோடு பட்டாசு கொளுத்திவிடுவார்கள்.

இங்கிலாந்தை ஜெயிக்கவேண்டுமானால், பிரான்ஸின் கப்பல் படைக்குப் பலம் சேர்க்கவேண்டும். அதற்குக் குறைந்தது ஒரு வருடமாவது ஆகும். அத்தனை நாள் காத்துக்கொண்டிருப்பதில் நெப்போலியனுக்குச் சம்மதம் இல்லை.

அப்படியானால், வேறு என்ன செய்யலாம்?

இங்கிலாந்துப் படைகளை நேரடியாகத் தாக்குவது இப்போதைக்கு முடியாது. ஆகவே, மறைமுகமாக அவர்கள் வயிற்றில், அல்லது முதுகெலும்பில் தாக்கலாம் என்று தீர்மானித்தார் நெப்போலியன்.

இதற்காக, பிரான்ஸ் ராணுவத்துக்கு நெப்போலியன் சொன்ன யோசனை, 'நாம் எகிப்துமீது படையெடுக்கலாம்.'

எதற்கு?

நெப்போலியனின் இந்த ராஜதந்திரத்தைப் புரிந்துகொள்ள வேண்டுமானால், மீண்டும் நாம் உலகப் படத்துக்குத் திரும்பவேண்டியிருக்கிறது.

நெப்போலியன், பிரெஞ்சு ராணுவத்தில் முன்னேறிக் கொண்டிருந்த அந்தக் காலகட்டத்தில், இந்தியா உள்ளிட்ட பல நாடுகளை இங்கிலாந்து தன்னுடைய காலனிகளாக மாற்றி யிருந்தது. இந்த நாடுகளை வெறுமனே அடிமைப்படுத்தி வைத்திருப்பதோடு நிறுத்திவிடாமல், அவற்றில் தன்னுடைய வியாபாரப் பொருள்களை விற்று, நல்ல லாபம் பார்த்துக் கொண்டிருந்தார்கள்.

ஐரோப்பாவின் ஒரு மூலையில் இருக்கிற இங்கிலாந்திலிருந்து, ஆசியாவின் கீழ்ப் பகுதியில் இருக்கும் இந்தியா போன்ற நாடுகளுக்கு வியாபாரப் பொருள்கள் வந்து சேரவேண்டு மானால், அதற்குக் கப்பல்கள்தான் ஒரே வழி. ஏற்றுமதி வணிகத்தைத் தங்களுடைய நாட்டுப் பொருளாதாரத்தின் மிக முக்கியமான அம்சமாகக் கொண்டிருந்த காரணத்தால்தான், இங்கிலாந்துக் கடற்படை அத்தனை வலிமையாக இருந்தது.

ஆக, இங்கிலாந்திலிருந்து, அந்நாட்டுப் பொருள்கள் இந்தியா வுக்குள் வரவேண்டும். அதற்கு என்ன வழி?

ரொம்பச் சுலபம். இங்கிலாந்தில் புறப்பட்டு, மத்தியத் தரைக்கடல் பகுதிக்குள் புகுந்து, எகிப்தின் வடக்கு எல்லைக்கு வந்துவிட வேண்டும். அதன்பிறகு, அங்கிருந்து செங்கடல் வழியாக அரபிக் கடலைத் தொட்டுவிட்டால், பம்பாய் அகப்பட்டுவிடும். உலகப் படத்தில் இந்தக் கடல் வழிகளைத் தெளிவாகப் பார்க்கமுடியும்.

இங்கிலாந்தின் வர்த்தகத்துக்கு, இந்த வழி மிக முக்கியமானது என்று புரிந்துகொண்டிருந்த நெப்போலியன், அதில் கை

வைக்கத் தீர்மானித்தார். எகிப்தின் வடக்குக் கடற்கரை, மத்தியத் தரைக்கடலைத் தொட்டுக்கொண்டிருக்கிறது, கிழக்குக் கடற்கரை, செங்கடலைத் தொட்டுக்கொண்டிருக்கிறது.

போதாதா? எப்படியாவது எகிப்தைப் பிடித்துவிட்டால், இங்கிலாந்துக் கப்பல்கள் இந்த வழியைப் பயன்படுத்தமுடியாத படி தடுத்துவிடலாம். அதன்பின் இங்கிலாந்துக் கப்பல்களுக்குக் கஷ்ட காலம்தான். அவை மத்தியத் தரைக்கடலுக்குள் நுழையா மல், அட்லாண்டிக் கடல் வழியாக ஆப்பிரிக்காவைச் சுற்றிக் கொண்டுதான், இந்தியாவுக்கு வரவேண்டும். இப்படி அவர்கள் தலையைச் சுற்றி மூக்கைத் தொடுவதற்கு, ஏகப்பட்ட நாள் பிடிக்கும், செலவு அதிகம், பொருள்கள் வீணாகிவிடும், மொத்தத்தில் பெரிய தலைவலி.

வியாபாரத்தைக் கெடுத்துவிட்டாலே, இங்கிலாந்தின் பாதி பலம் குறைந்துவிடும், அதன்பிறகு அவர்களை ஜெயிப்பது சுலபம் என்று நினைத்தார் அவர்.

நெப்போலியன், எகிப்துமீது படையெடுத்தது ஏன் என்பது, சரித்திரத்தில் இன்றுவரை தெளிவாக விடை காணப்படாத கேள்வி. வரலாற்று அறிஞர்கள் பல்வேறு காரணங்களைச் சொன்னாலும், அடிப்படையில் இங்கிலாந்தின் வர்த்தக முதுகெலும்பை முறிப் பதுதான் நெப்போலியனின் முக்கிய நோக்கமாக இருந்தது.

பிரான்ஸ் ஆட்சியாளர்களுக்கு இந்தக் கணக்கெல்லாம் புரிந்ததா இல்லையா என்று தெரியவில்லை. எப்படியோ நெப்போலியன் பாரிஸிலிருந்து வெகு தூரம் சென்றுவிட்டால் போதும் என்று அவரை வாழ்த்தி வழியனுப்பிவிட்டார்கள்.

பத்துக்கும் மேற்பட்ட கப்பல்களில், சுமார் முப்பத்தைந்தாயிரம் படை வீரர்களோடு கிளம்பினார் நெப்போலியன். இத்தனை கப்பல்கள் எங்கே செல்கின்றன என்கிற விவரம், யாருக்கும் தெரியாதபடி ரகசியமாக வைக்கப்பட்டிருந்தது.

உளவாளிகளை ஏமாற்றுவதற்காக, நெப்போலியன் இங்கிலாந் தின்மீது படையெடுக்கப்போகிறார் என்கிற செய்தியையும் வேண்டுமென்றே பரப்பினார்கள். இதைக் கேள்விப்பட்ட இங்கிலாந்துக் கடற்படை சுறுசுறுப்படைந்து தயார் நிலையில் இருக்க, நெப்போலியன் வேறு வழியில் எகிப்தை நோக்கிப் போய்க்கொண்டிருந்தார்.

நெப்போலியனுக்குப் பெரும்பாலும் கடற்பயணம் என்றாலே அலர்ஜி. ஆனால், எகிப்தைப் பிடிப்பதற்கு வேறு வழியில் செல்வது, பேஜார் பிடித்த வேலை. ஆகவே, வாந்தியும் தலை வலியுமாகக் கப்பலில் அவஸ்தைப்பட்டுக்கொண்டிருந்தார்.

அவருடைய உடல்நிலை சரியாவதற்குள், நாம் அப்போதைய எகிப்து எப்படி இருந்தது என்பதைச் சுருக்கமாகப் பார்த்துவிட லாம்.

ஐரோப்பாவுக்கும் ஆசியாவுக்கும் கூப்பிடு தூரத்தில் இருந்தாலும், எகிப்து அதுவரை உலகச் சரித்திரத்தில் அவ்வள வாக முக்கியத்துவம் பெற்றிருக்கவில்லை. எகிப்தின் சில பகுதிகளை மட்டும் துருக்கியர்கள் கைப்பற்றி வைத்திருந் தார்கள். மற்றபடி சுதந்தர நாடுதான்.

நெப்போலியனைப் பொறுத்தவரை, முதன்முறையாக ஓர் இஸ்லாமிய தேசத்துக்குப் படையெடுத்துச் செல்கிறார். ஆகவே, அந்த நாட்டு மக்களைப்பற்றியும், அவர்களுடைய சமூக, மத நம்பிக்கைகளைப்பற்றியும் நன்றாகப் புரிந்துகொள்ள விரும் பினார்.

இதற்காகக் கப்பல் பயணம் முழுவதும், இஸ்லாமியர்களின் புனித நூலான குர்-ஆன் பிரெஞ்சு மொழிபெயர்ப்பைத்தான் படித்துக்கொண்டிருந்தார். தன்னுடைய வீரர்களும் குர்-ஆனை முழுமையாகப் படித்துப் புரிந்துகொள்ளவேண்டும் என்று கட்டளையிட்டார்.

சாதாரணமாகவே, எந்தப் புதிய ஊர் / நாட்டுக்குச் சென்றாலும், அந்தப் பகுதியின் சரித்திரம், கலாசாரம், மக்களைப்பற்றியெல் லாம் படித்துத் தெரிந்துகொள்ள விரும்புவார் நெப்போலியன். ஆனால், எகிப்து விஷயத்தில் அவரால் அப்படி எந்த முன் தயாரிப்புகளையும் செய்துகொள்ளமுடியவில்லை.

காரணம், மிக நீண்ட சரித்திரம் கொண்ட எகிப்தின் பழைமை யான வரலாறு, கலாசாரம் எவையும் முறைப்படி பதிவு செய்யப் பட்டிருக்கவில்லை. இது நெப்போலியனுக்கு மிகுந்த ஆச்சரியம் அளித்தது.

எகிப்து பற்றி முழுமையாகத் தெரிந்துகொள்ள அறிவியலாளர் கள், பொறியியல் அறிஞர்கள், கல்வியாளர்கள், தொழில்நுட்பக்

கலைஞர்கள், ஓவியர்கள் என்று நூற்றுக்கும் மேற்பட்டோர் இருந்த நிபுணர் குழு ஒன்றையும் தன்னோடு அழைத்துச் சென்றார்.

இன்றைக்கு நமக்குப் பழங்கால எகிப்துபற்றி வாசிக்கக் கிடைக்கிற பெரும்பாலான விஷயங்கள், இப்படி நெப்போலியனின் முயற்சியால் தோண்டி எடுக்கப்பட்டவைதான். வெறுமனே நாட்டைப் பிடிப்பதோடு நிறுத்திக்கொள்ளாமல், பல்வேறு நிபுணர்களின் உதவியோடு அந்நாட்டின் சரித்திரம், கலாசாரம், நாகரிகம், மக்களின் பழக்க வழக்கங்களையெல்லாம் முறைப்படி பதிவு செய்துவைக்க விரும்பியவர் அவர்.

எகிப்தில் கால் பதிப்பதற்குமுன்னர், நெப்போலியன், தன்னு டைய படை வீரர்களுக்குச் சொன்ன சில கட்டளைகள் (அல்லது, அறிவுரைகள்) மிக முக்கியமானவை:

நம்முடைய இந்தப் போர், உலகச் சரித்திரத்தில் மிக முக்கியமான தாக்கத்தை ஏற்படுத்தப்போகிறது.

- எகிப்தில் நாம், இஸ்லாமியர்களுடன் சேர்ந்து வாழ / பணி யாற்ற வேண்டியிருக்கும்.

- இஸ்லாமியர்களின் முக்கியக் கோட்பாடு, 'இறைவன் ஒருவனே. அவனுடைய தூதர் முகம்மது நபி' என்பது.

- நாம் இந்த நாட்டை ஜெயித்தாலும், இங்குள்ள இஸ்லாமி யர்களைப் பகைத்துக்கொள்ளக்கூடாது. அவர்களை மதிக்க வேண்டும், அவர்களுடைய திரு மறையான குர்-ஆனையும் போற்றவேண்டும்.

- இங்குள்ளவர்களின் பழக்கவழக்கங்கள், வாழ்க்கைமுறைகள் நம்முடைய ஐரோப்பாவிலிருந்து முற்றிலும் மாறுபட்டவை. அதை மதித்து நடக்க நீங்கள் பழகிக்கொள்ளவேண்டும்.

- பெண்களை மரியாதையோடு நடத்துங்கள், கொள்ளை அடிக்காதீர்கள். மசூதிகள், வழிபாட்டிடங்களைச் சேதப் படுத்தாதீர்கள்.'

நெப்போலியனைப்பொறுத்தவரை, எகிப்து என்கிற தேசம், பிரான்ஸின் கட்டுப்பாட்டில் இருக்கவேண்டியது அவசியம். ஆனால், அங்குள்ளவர்களைப் பகைத்துக்கொண்டு, அதைச்

சாதித்துவிடமுடியாது என்பதில் அவர் மிகத் தெளிவாக இருந்தார்.

‘புத்திசாலித்தனமான போர் உத்திகளின்மூலம் ஒரு நாட்டை ஜெயிப்பது சுலபம். ஆனால், அந்த வெற்றி நிலைத்து நிற்க வேண்டுமானால், உள்ளூர் மக்கள் நம்மை ஆக்கிரமிப்பாளர்களாக நினைக்காமல், அன்பான நண்பர்களாக நினைக்கவேண்டும்’ என்று வலியுறுத்தினார். இதற்காக, எகிப்திய இஸ்லாமியர்களை மதித்து, அவர்களுடன் இணைந்து பணியாற்றவேண்டிய தன் அவசியத்தைத் தன்னுடைய படை வீரர்களுக்குப் புரியும்படி எடுத்துச் சொன்னார்.

நெப்போலியனின் இந்த எச்சரிக்கை உணர்வுக்கு இன்னொரு காரணமும் இருந்தது. ஐரோப்பாவுக்கு வெளியே உள்ள நாடுகள், அங்கிருந்து வருகிறவர்கள் எல்லோரையும், கிறிஸ்துவ மதத்தைப் பரப்ப வந்தவர்கள் என்று நினைப்பது அந்தக் கால வழக்கம்.

இதனால் உண்டாகக்கூடிய ஆரம்பச் சலசலப்புகள், எதிர்ப்புகளைத் தவிர்ப்பதற்காக, ‘நாங்கள் உங்களைக் கிறிஸ்துவர்களாக்க வரவில்லை’ என்று உரக்கச் சொல்லவேண்டிய கட்டாயம், நெப்போலியனுக்கு இருந்தது. இஸ்லாம் பற்றி அவர் நிறைய வாசித்துத் தெரிந்துகொண்டதற்கும் இஸ்லாமிய மத உணர்வுகளை மதிக்கவேண்டும் என்று வலியுறுத்தியதற்கும் இது ஒரு முக்கியமான காரணம்.

நெப்போலியனின் இந்த மதச் சார்பின்மை அல்லது சகிப்புத் தன்மையை, அவருடைய விரோதிகள் பாரிஸில் வேறுவிதமாகக் கதை பரப்பினார்கள். நெப்போலியன் தன்னுடைய படைகளில் இஸ்லாமியர்களைப் பெரும் எண்ணிக்கையில் சேர்த்துக்கொள்கிறார் என்று தொடங்கி, அவரே முஸ்லிமாக மாறிவிட்டார் என்றெல்லாம் வதந்திகள் பரவின.

‘அப்படியெல்லாம் இல்லை, நான் முஸ்லிம்களின் நண்பன். இஸ்லாம் மதத்தை மதிக்கிறேன், முகம்மது நபியைப் போற்றுகிறேன். ஆனால் முஸ்லிமாக மாறிவிடவில்லை’ - இப்படி நெப்போலியன் அறிக்கை விடவேண்டியதாயிற்று.

எகிப்தை முழுமையாகத் தங்களுடைய கட்டுப்பாட்டில் கொண்டுவரவேண்டும் என்கிற நோக்கத்துடன் நெப்போலியனின் படைகள் அங்கே வந்திறங்கின. எல்லைப் பகுதியில் இருந்த சில பிரதேசங்கள் அவர்களிடம் சரணடைந்தன. மற்றவர்களை மிரட்டிப் பணியவைக்கவேண்டியிருந்தது.

அலெக்ஸாண்ட்ரியா என்ற முக்கிய நகரத்தைக் கைப்பற்றியபிறகு, நெப்போலியனின் படைகள் தலைநகரம் கெய்ரோ நோக்கிப் பயணமாகின. அங்கே மாமலூக் (Mamluk) என்ற வம்சத்தைச் சேர்ந்தவர்களுடன் அவர்கள் போரிடவேண்டியிருந்தது.

பிரெஞ்சுப் படைகள் கெய்ரோவை அடையுமுன், மாமலூக் படைகள் அவர்களை எதிர்கொண்டு தாக்கத் தொடங்கினார்கள். 'பிரமிட் போர்' (The Battle Of The Pyramids - 1798, ஜூலை) என்று அழைக்கப்படும் இந்தப் போர், நெப்போலியனுக்குக் கடும் சவாலாக அமைந்தது.

பல நூற்றாண்டுகளாக அந்தப் பகுதிகளை அடிமைப்படுத்தி வைத்திருந்த மாமலூக் வம்சத்தினர், முரட்டுத்தனமான வீரர்க ளாக இருந்தார்கள். எண்ணிக்கையிலும் அதிகமாக இருந்தார்கள். குறிப்பாக, அவர்களுடைய குதிரைப் படை, பிரெஞ்சு வீரர்களை ஆவேசத்துடன் தாக்கியது. ஆனால், நெப்போலியன் படை யினரிடமிருந்த போர் நேர்த்தி அவர்களிடமில்லை.

நெப்போலியன், தனது குதிரைப்படை மற்றும் காலாட்படை வீரர்களைப் பாதுகாக்கத் தீர்மானித்தார். நம்மிடமும் குதிரைகள் உண்டு. ஆனால், அவர்களுடைய எண்ணிக்கை அதிகமாக இருக் கிறது. ஆகவே, வலியச் சென்று ஆபத்தை விலைக்கு வாங்கிக் கொள்ளவேண்டாம் என்று முடிவெடுத்தார். குதிரை, காலாட் படைகளைச் சுற்றி, பீரங்கிகள், கன ரகத் துப்பாக்கிகள் ஏந்திய வீரர்கள் நிறுத்தப்பட்டார்கள்.

இதனால், மாமலூக் வீரர்கள் எப்படிச் சுற்றிச் சுற்றி வந்தாலும், அவர்கள் பிரெஞ்சுப் பீரங்கிகளையோ, துப்பாக்கிகளையோதான் சந்திக்கவேண்டியிருந்தது. ஒவ்வொருவராக நெருங்க நெருங்க, நெப்போலியனின் வீரர்கள் சுட்டுத் தள்ளிக்கொண்டே இருந் தார்கள்.

இரண்டே மணி நேரம். மாமலூக் படைகள் சிதறிப்போய்ச் சிதறிவிட்டன. கெய்ரோவில் இருந்த மீதி மாமலூக் வீரர்களும், தப்பித்து ஓடிப்போனார்கள்.

இதன்மூலம், கெய்ரோ நகரமும், பெரும்பான்மை எகிப்தும் பிரெஞ்சுப் படையின் கட்டுப்பாட்டில் வந்தது. நெப்போலிய னுக்கு மிக முக்கியமான வெற்றி இது.

ஆனால், 'அப்பாடா' என்று சாய்ந்து உட்கார்ந்துகொண்டு, வெற்றியைக் கொண்டாடமுடியவில்லை. காரணம், பிரமிட் போர் (21 ஜூலை 1798) முடிந்து, பத்து நாள்களில் (1 - 2 ஆகஸ்ட்) நிகழ்ந்த வேறொரு போர், அவர்களுடைய முந்தைய வெற்றியை நசுக்கித் தேய்த்து அழித்துவிட்டது.

நெப்போலியன் பிரான்ஸிலிருந்து கிளம்பியபோது, அவர் எங்கே போகிறார், எதற்காகப் போகிறார் என்று யாருக்கும் தெரிந்திருக்க வில்லை. ஆனால், இந்த ஆள் ஏதோ விஷமம் பண்ணப்போகி றார் என்பதுமட்டும் இங்கிலாந்துக்கு நன்றாகத் தெரிந்திருந்தது.

ஆரம்பத்தில், அவர் இங்கிலாந்தைத் தாக்க வருவார் என்றுதான் அவர்கள் எதிர்பார்த்திருந்தார்கள். அவருடைய படையை எதிர்கொள்வதற்கான ஏற்பாடுகளோடு காத்திருந்தார்கள். ஆனால், நெப்போலியன் வேறு திசையில் செல்ல, இங்கி லாந்துக் கடற்படைக்கு ஏமாற்றம்.

நெப்போலியன் எங்கேதான் போனார் என்று துப்பறிய ஆரம் பித்தார்கள். மத்தியத் தரைக்கடல் பகுதி முழுவதும், இங்கி லாந்துக் கப்பல்கள் பிரெஞ்சுக் கப்பல்களைத் தேடி அலைந்தன.

இதற்குள், அவர்களுடைய கண்ணில் மண்ணைத் தூவிய சந்தோஷத்துடன் நெப்போலியன் எகிப்தில் வந்து இறங்கி, அதன் பெரும்பகுதியைக் கைப்பற்ற, இங்கிலாந்து அடுத்த திட்டத்தை யோசித்தது.

நெப்போலியனின் படைகள், எகிப்தை ஜெயித்திருக்கலாம். ஆனால், அவர்கள் அங்கே வந்து இறங்கிய கப்பல்கள், கடலில் தானே இருந்தாகவேண்டும். 'நெப்போலியன் எங்கே, நெப்போலியன் எங்கே?' என்று மத்தியத் தரைக்கடல் தண்ணீரைச் சலித்துக்கொண்டிருந்த இங்கிலாந்துக் கடற்படை யின் கண்களில், இந்த பிரெஞ்சுக் கப்பல்கள் சிக்கின.

அந்த இங்கிலாந்துக் கடற்படைத் தலைவரின் பெயர், நெல்சன் (முழுப் பெயர்: Horatio Nelson). நெப்போலியனின் சரித்திரத்தில், அவருக்கு ஒரு நேரடி வில்லன் உண்டு என்றால், அது இந்த நெல்சன்தான்.

தரையில் நெப்போலியன் மகா வீரர் என்றால், கடலில் நெல்சன். இங்கிலாந்துக் கடற்படையின் அசைக்கமுடியாத பலத்துக்கு, நெல்சன் ஒரு மிக முக்கியமான காரணம்.

அப்பேர்ப்பட்ட நெல்சனின் கண்களில், சில பிரெஞ்சுக் கப்பல்கள் பட்டால் சும்மா இருப்பாரா? சுற்றி வளைத்துப் பிடித்தாகவேண்டும் என்று முடிவு செய்தார்.

நெல்சன் தலைமையிலான இங்கிலாந்துக் கடற்படையில் பதினான்கு கப்பல்கள் இருந்தன. பிரான்ஸ் தரப்பில் பதினைந்து கப்பல்கள்.

எண்ணிக்கையா முக்கியம்? நெல்சன் மற்றும் அவருடைய உப தளபதிகளின் அனுபவம் டைட்டானிக் சைஸ் என்றால், பிரெஞ்சுக் கப்பல்களின் தளபதிகளுக்குக் கட்டுமர சைஸ்கூட அனுபவம் கிடையாது. தவிர, நெப்போலியனும் அப்போது பக்கத்தில் இல்லை.

நெல்சனும், அவருடைய மற்ற தளபதிகளும் பிரெஞ்சுப் படைகளைச் சுற்றி வளைத்தார்கள், ராத்திரி நேரம் என்றுகூடப் பார்க்காமல் தாக்கத் தொடங்கிவிட்டார்கள்.

ஆவேசமான அந்தத் தாக்குதலில், பெரும்பாலான பிரெஞ்சுக் கப்பல்கள் மூழ்கடிக்கப்பட்டன, சிலது சொக்கப்பனை கொளுத்தப்பட்டன, சிலது இங்கிலாந்துக் கப்பல்களால் கைப்பற்றப்பட்டன, தப்பித்துப் பிழைக்க முடிந்தவை நான்கே நான்கு கப்பல்கள்தான்.

'நைல் போர்' (Battle Of The Nile) என்று வர்ணிக்கப்பட்ட இந்தப் போருக்கும் நெப்போலியனுக்கும் எந்த நேரடிச் சம்பந்தமும் இல்லை. ஆனால், அவரும் அவருடைய படை வீரர்களும் அமர்க்களமாக வந்து இறங்கிய பெரும்பாலான கப்பல்கள், நெல்சனால் அழிக்கப்பட்டன.

அதுமட்டுமில்லை, நெப்போலியன் தன் படைகளோடு இங்கேதான் பக்கத்தில் இருக்கின்றான் என்று மோப்பம் பிடித்த இங்கிலாந்துக் கப்பல்படை, அந்தப் பகுதியைச் சுற்றிலும் தங்களுடைய கப்பல்களால் வலுவான வேலி அமைத்தார்கள்.

இனிமேல் இங்கிருந்து ஒரு குஞ்சு, குளுவான்கூட, கடல்வழியே பிரான்ஸுக்குத் திரும்பிச் செல்லமுடியாது. பிரான்ஸிலிருந்து கூடுதல் படைகள், உதவிப் பொருள்கள், ஏன் சாப்பாடுகூட வரவழைக்கமுடியாது. நெல்சன், நடுக்கடலில் வில்லன் சிரிப்பு சிரித்துக்கொண்டார்.

நெப்போலியனின் ராணுவ வாழ்க்கையில் எதிர்கொண்ட மிகப் பெரிய சிக்கல் இது.

டென்ஷனாகாமல், இங்கே இருந்தபடி என்ன செய்யவேண்டும் என்பதை யோசித்தார். எகிப்தை ஜெயிப்பது என்று கிளம்பி வந்தாகிவிட்டது. இப்போது திரும்பிச் செல்லமுடியாத சூழ்நிலையில், அதுவும் நல்லதுதான் என்று சுற்றியிருக்கிற மற்ற பகுதிகளைக் கைப்பற்றும் முயற்சிகளில் இறங்கியது அவருடைய படை.

ஆனால், நிலைமை நெப்போலியனுக்குச் சாதகமாக இல்லை. ஒருபக்கம் இங்கிலாந்துப் படை அவருக்குக் கடலில் வலை விரித்திருந்தது. இன்னொரு பக்கம், அதுவரை எகிப்தின் சில பகுதிகளை ஆட்சி செய்துகொண்டிருந்த துருக்கியர்களுக்கு, நெப்போலியன்மீது கோபம். 'எங்களுடைய பகுதிகளை ஆக்கிரமிப்பதற்கு நீ யார்?' என்று படையோடு கிளம்பி வந்தார்கள்.

இந்தச் சூழ்நிலையில், எகிப்திலிருந்து, அதற்கு வடக்கே இருக்கும் சிரியாவை நோக்கித் தன்னுடைய படைகளைச் செலுத்தினார் நெப்போலியன். அவருடைய நோக்கம், அங்கிருந்த ஏக்ர் (Acre) கோட்டையைக் கைப்பற்றுவது.

ஆனால், ஏக்ர் கோட்டையைச் சுலபமாகக் கைப்பற்றிவிட முடியவில்லை. பிரிட்டன் மற்றும் துருக்கியப் படைகள் இணைந்து அவரை எதிர்த்தன. மிகுந்த போராட்டத்துக்குப்பிறகு, சமாளிக்க முடியாமல் தோல்வியடைந்து, பின்வாங்கிவிட்டது நெப்போலியனின் படை.

ஆக்ர் முற்றுகைக்கு முன்பும் பின்பும் பல இடங்களில் பிரெஞ்சுப் படைகள் துருக்கியர்களைச் சந்திக்க நேர்ந்தது. இவற்றில் நெப்போலியனுக்கு ஒன்றிரண்டு வெற்றிகள் கிடைத்திருந்தாலும், ஒட்டுமொத்தமாகப் பார்க்கும்போது, அவரால் பெரிதாக எதையும் சாதித்துவிடமுடியவில்லை.

எகிப்தில் வெற்றிகரமாகத் தனது போர் முழக்கத்தைத் தொடங்கிய நெப்போலியன், அதன்பிறகு படிப்படியாக வலுவிழந்து, வரிசையாகத் தோல்விகளைச் சந்திக்கத் தொடங்கியதற்குப் பல ராணுவக் காரணங்கள் உண்டு. இவற்றுக்கு நடுவே, ஒரு தனிப்பட்ட காரணமும் இருக்கிறது.

பாரிஸில் நெப்போலியனின் மனைவி ஜோசஃபின், தன்னுடைய புதிய காதலனுடன் பல இடங்களில் சுற்றித் திரிவதாக அவருக்கு ஒரு செய்தி கிடைத்திருந்தது. அதோடு நிறுத்தாமல், நெப்போலியனின் பெயரை, பதவியைத் தவறாகப் பயன்படுத்தி, ஜோசஃபின் ஏகப்பட்ட பணம் சேர்ப்பதாகவும் இஷ்டம்போல் செலவழிப்பதாகவும் தகவல்கள் வந்திருந்தன.

இவற்றில் எதை நம்புவது, எதைச் சந்தேகிப்பது என்றே நெப்போலியனுக்குத் தெரியவில்லை. பெரும் மனக் குழப்பம், வேதனைக்கு ஆளானார் அவர். ஒரு நாள், ஜோசஃபினை நினைத்துக் காதலுடன் புலம்பிக்கொண்டிருப்பார், இன்னொரு நாள், 'அவளை விவாகரத்து செய்துவிட்டுதான் மறு வேலை' என்று கர்ஜிப்பார். இரண்டிலும் அவர் உறுதியாக இருந்ததாகத் தெரியவில்லை.

இந்தச் சமயத்தில், எகிப்தில் நெப்போலியனுக்கும் ஒரு 'சின்ன வீடு' அமைந்திருந்தது.

நெப்போலியனின் மிகப் பெரிய பிரச்னை என்னவென்றால், அடுத்து என்ன நடக்கப்போகிறது என்று அவருக்கே நிச்சயமாகத் தெரிந்திருக்கவில்லை. துருக்கியர்களைத் தன்னால் சமாளித்துவிடமுடியும் என்று அவருக்கு நம்பிக்கை இருந்தது. சிரியாவை ஜெயிக்கலாம், இன்னும் வடக்கே சென்று மத்திய கிழக்கு ஆசியா முழுவதையும்கூட ஜெயித்துவிடலாம். அதன் பிறகு? என்றைக்காவது பிரான்ஸுக்குத் திரும்பித்தானே ஆக வேண்டும்?

அதற்கு வழியில்லாதபடி, இங்கிலாந்துக் கப்பல்கள் கடலை ஆக்கிரமித்திருக்கின்றன. அப்படியானால், நெப்போலியன் காலம் முழுக்க இங்கேயே இருந்துவிடவேண்டியதுதானா?

ஒருவிதத்தில், நெப்போலியன் அதற்கும் தயாராகவே இருந்தார். கடல் வழியே பிரான்ஸுக்குத்தானே போகமுடியாது? அதற்கு நேர் எதிர் திசையில் பயணம் செய்து, இந்தியாவுக்குப் போய் விடலாம், அங்கே திப்புசுல்தான் உதவியுடன் ஆங்கிலேயர்களை எதிர்த்துப் போர் செய்யலாம் என்றெல்லாம்கூட யோசித்து பலவித திட்டங்கள் போட்டார்.

பல திசைகளிலிருந்தும் பிரச்னைகள் அவரை அழுத்திக் கொண்டிருந்தன.

இந்தச் சூழ்நிலையில்தான், நெப்போலியன் ஒரு தவறு செய்தார். இன்றுவரை, நெப்போலியனைப் போர் வெறியர், கொடூரமான மனிதர் என்று வர்ணிக்கிறவர்கள் அவருக்கு எதிராகச் சுட்டிக் காட்டுகிற முதல் சம்பவம் இதுதான்.

துருக்கியர்களுடன் நெப்போலியன் ஏகப்பட்ட துண்டுத் துக்கடாப் போர்களில் ஈடுபட்டுக்கொண்டிருந்த நேரம். அப்படி ஒரு சின்னச் சண்டையில், பிரான்ஸ் ஜெயித்துவிட்டது, இரண்டாயிரம் துருக்கிய வீரர்கள் கைதிகளாகக் கைப்பற்றப் பட்டார்கள்.

சண்டையில் ஜெயித்தது நெப்போலியனுக்குச் சந்தோஷம்தான். ஆனால், இத்தனை போர்க் கைதிகளை வைத்துக்கொண்டு என்ன செய்வது?

ஏற்கெனவே இங்கிலாந்துக் கப்பல்படையின் புண்ணியத்தில், பிரான்ஸிலிருந்து நெப்போலியனின் படைக்கு எந்த உதவிகளும் வருவதில்லை. ஆகவே, இருக்கிற உணவுப் பொருள்களை வைத்து, தன்னுடைய வீரர்களுக்கு அரை வயிறுச் சாப்பாடுதான் போட முடிந்தது.

பலவிதமாக யோசித்துப்பார்த்தபிறகு, இந்தக் கைதிகளைத் தன்னால் காப்பாற்றமுடியாது என்று முடிவு செய்த நெப்போலியன், அவர்களைக் கொன்றுவிட உத்தரவிட்டார். உத்தரவு நிறைவேற்றப்பட்டது.

இரண்டாயிரம் வீரர்கள். என்னதான் போரில் தோல்வியடைந்தவர்களாக இருக்கட்டுமே? வேறு கதி இல்லாமல் உங்களிடம் சரணடைந்தவர்களை, இப்படிக் கொன்று வீழ்த்துவது நியாயமா?

எதிர்ப்பாளர்களின் இந்தக் கேள்விக்கு, நெப்போலியன் ஆர்வலர்கள் பலவிதமாகப் பதில் சொல்லிச் சமாளிக்கிறார்கள். உதாரணமாக, தன்னிடம் பிடிபட்ட துருக்கிய வீரர்களிடம், 'இனிமேல் பிரான்ஸை எதிர்த்துப் போரிடுவதில்லை' என்று வாக்குறுதி பெற்றுக்கொண்டு, நெப்போலியன் அவர்களை விடுவித்துவிட்டார் என்கிறார்கள். பிறகு, அவர்கள் மீண்டும் பிரெஞ்சுப் படைகளை எதிர்த்துப் பிடிபட்டபோதுதான், வாக்குறுதியை மீறிய அவர்களை நெப்போலியன் கொன்றுவிட முடிவு எடுத்தாராம்.

இதெல்லாம் நிஜமா, அல்லது கட்டுக்கதைகளா என்கிற ஆராய்ச்சி ஒருபக்கமிருக்க, அப்போதைய சூழ்நிலையில் நெப்போலிய னுக்கு வேறு வழி இருக்கவில்லை என்பதுதான் உண்மை.

நெப்போலியனுக்கு உலகில் வேறு யாரையும்விட, அவருடைய போர் வீரர்கள்தான் முக்கியம். அவர் அளவுக்குப் படை வீரர் களின் நலன் கருதிய இன்னொரு தலைவரைப் பார்க்கவே முடியாது. அதனால்தான், சரித்திரத்தில் மற்ற எந்தத் தலைவரைக் காட்டிலும் விசுவாசமான வீரர்கள் நெப்போலியனுக்குக் கிடைத்தார்கள்.

எகிப்தில், துருக்கியர்களுக்கு எதிராக நெப்போலியனுக்கு எந்த நிச்சயமான வெற்றியும் கிடைத்துவிடவில்லை. ஆகவே, அடுத்த கட்டத் திட்டங்களாக அவர் யோசித்துவைத்திருந்த எவற்றையும் அவரால் செயல்படுத்தமுடியவில்லை.

'என்ன செய்யலாம்?' என்று கவலையில் ஆழ்ந்திருந்தபோது, பாரிஸிலிருந்து ஒரு தகவல் வந்து சேர்ந்தது. அதைக் கேட்டதும், உடனடியாக பிரான்ஸ் திரும்பவேண்டும் என்று முடிவெடுத்தார் நெப்போலியன்.

'டியர் நெப்போலியன், நீங்கள் ஜெயித்துக் கொடுத்த பல பகுதிகளை, ஆஸ்திரியர்கள் மீண்டும் கைப்பற்றிவிட்டார்கள். நீங்கள் கையெழுத்திட்ட சமாதான உடன்படிக்கைகளெல்லாம், இத்தாலிக் காற்றில் துண்டு துண்டாகப் பறந்துகொண்டிருக் கின்றன. பிரான்ஸுக்கு முன்பு வந்த அதே ஆபத்து இப்போது மீண்டும் எல்லை வழியே எட்டிப்பார்த்துக்கொண்டிருக்கிறது. உடனே கிளம்பி வாருங்கள்' - என்று பிரெஞ்சு ராணுவமும் நெப்போலியனுக்கு ஒரு கடிதம் எழுதியிருந்தது.

ஆனால் அந்தக் கடிதம், நெப்போலியன் கைக்குக் கிடைத்திடும் முன்பே, அவருக்கு வேறுவழியாக தகவல் வந்திருந்தது. ஆனால், இத்தாலி நிலைமையைப்பற்றிக் கேள்விப்பட்டபிறகு, நெப்போலியனால் எகிப்தில் உட்கார்ந்து கொண்டிருக்க முடியவில்லை.

ஆகவே, தன்னுடைய பொறுப்புகள் அனைத்தையும் அடுத்த நிலைத் தளபதிகளிடம் ஒப்படைத்துவிட்டு, ராத்திரியோடு ராத்திரியாக பிரான்ஸ் திரும்புவதற்கான வழிகளை யோசிக்கத் தொடங்கினார்.

ஆனால், மத்தியத் தரைக்கடல் முழுவதையும் இங்கிலாந்துக் கப்பல்கள் முற்றுகையிட்டிருக்கின்றன. 'மாப்ளே நெப்போலியா, நீ எப்படியும் இங்கிட்டுத்தானே கப்பலேற வரணும். அப்போ வைச்சுக்குறேன்டா வேட்டைய!' என்று மாமன் நெல்சன் ஆவலோடு காத்துக்கொண்டிருந்தார். இந்த நிலைமையில், பிரான்ஸுக்கு எப்படிப் போவது?

'அதெல்லாம் எனக்குத் தெரியாது. எப்படியாவது, கள்ளத் தோணியிலாவது நான் பாரிஸுக்குப் போயாகவேண்டும், அதுவும் உடனே' என்றார் நெப்போலியன்.

புரட்சியாளன்

ஒரு சுபமுகூர்த்த நடுநிசியில் தேய்பிறை, தெற்கே சூலம் எல்லாம் பார்க்காமல், கள்ளக்கப்பலில் ஏறினார் நெப்போலியன். உடன் கொஞ்சம் வீரர்கள். கொஞ்சம் ஆயுதங்கள்.

பெரிய கப்பல் என்றால் இங்கிலாந்துக் கப்பல்கள் சுற்றி வளைத்து, புட்ஃபால் ஆடிவிடும் என்பதால், சின்னதாக ஒரு கப்பலை ஏற்பாடு செய்துகொண் டார்கள். நிமிடத்துக்கு நிமிடம், நொடிக்கு நொடி திகிலின் நெடியோடுதான் கழிந்தது. ஒருவேளை சிக்கிவிட்டால், தப்பி ஓடுவதற்கு வழியில்லாதபடி சுற்றிலும் கடல். ஜலசமாதிதான்.

ஒரு கட்டத்தில் நெப்போலியனின் கப்பல், ஓர் இங்கிலாந்துக் கப்பலுக்கு மிகப் பக்கத்தில் சென்றுவிட்டது.

ஆனால் இருட்டும் பனியும் கைகோத்து கை கொடுத்தது. இங்கிலாந்துக்காரர்களுக்கு எதிரில் நிற்பது நெப்போலியனா, நெல்லிக்காய் மரமா

8

என்றுகூட தெரியவில்லை. சரக்கு அடித்தபடி, 'ஏதோ அசை கிறது', என்று பேசிக்கொண்டார்கள்.

இப்படியாகச் சில திகில்களைத் தின்றபின் பிரான்ஸை நெருங்கினார் நெப்போலியன்.

எகிப்தில் நெப்போலியன் பெற்ற வெற்றிகள் மிகச் சொற்பம். மிகவும் வெற்றிகரமாகத் தனது பயணத்தைத் தொடங்கி, அதன்பிறகு அதனை மிகச் சொதப்பலாக முடித்துவிட்டு, ராத்திரியோடு ராத்திரியாக யாருக்கும் தெரியாமல் தப்பித்தான் ஓடி வந்தார். அவர் தரையிறங்கிய இடம் கோர்ஸிகா.

ஒருகாலத்தில் நெப்போலியனையும் அவரது குடும்பத்தையும் அடிக்காத குறையாக அங்கிருந்து விரட்டிய மக்கள், அப்போது தங்களுடைய 'மண்ணின் மைந்தனை' ஆரவாரமாக வரவேற்று கௌரவித்தார்கள்.

பிறகு, கோர்ஸிகாவிலிருந்து, பிரான்ஸுக்குப் (1799 அக்டோபர்) பயணமானார். அங்கேயும் அவருக்குப் பெரிய அளவில் வர வேற்பும் பாராட்டுகளும் அளிக்கப்பட்டன. அவர் சென்று இறங் கிய துறைமுகத்திலிருந்து பாரிஸ் செல்லும் வழி நெடுகிலும், விழாக்கோலம்தான்.

மக்கள் நெப்போலியனைக் கூட்டம் கூட்டமாக வந்து பார்த்தார் கள். குஷியோடு கொண்டினார்கள்.

'எத்தனை பெரிய வீரர், எகிப்தை ஜெயித்துவிட்டு, தாய் நாட்டுக்கு ஒரு பிரச்னை என்றதும் உடனே ஓடி வந்துவிட்டார்' என்று புகழ்ந்தார்கள். ஆட்சியாளர்களும், நெப்போலியனைத் திறந்த மனத்தோடு வரவேற்றார்கள்.

ஒருவழியாக வரவேற்புக் கும்மாளங்களெல்லாம் முடிந்து, நெப்போலியன் நிதானமாக உட்கார்ந்தார். இத்தாலியை ஆஸ்திரியா ஆக்கிரமித்திருப்பதைவிட, வேறு சில முக்கியமான பிரச்னைகளை அவர் உடனடியாகக் கவனிக்கவேண்டியிருந்தது.

இங்கிலாந்து, ஆஸ்திரியா, ரஷ்யா, மற்ற சில சிறு நாடுகள் இணைந்து, பிரான்ஸின் மக்களாட்சிக்கு எதிராகக் கூட்டணி அமைத்திருந்தன. இவர்களுடைய கூட்டுப் படைகள், பிரான் ஸுக்குப் பல இடங்களில் நெருக்கடி கொடுத்துக் கொண்டிருந் தார்கள்.

அடுத்து, பிரெஞ்சுத் தொழில்துறை மிக மோசமான சரிவைச் சந்தித்துக்கொண்டிருந்தது. தொழில் வளர்ச்சியை ஊக்குவிக்க முடியாதபடி அரசாங்கத்துக்கு ஏகப்பட்ட தலைவலிகள். இதனால், வறுமை, தெருமுனையில் பெரும்பான்மை மக்களைத் தின்னக் காத்துக்கொண்டிருந்தது.

'மக்களாட்சி' என்று லேபிள் கொண்ட அரசாங்கத்திலும் ஏகப் பட்ட ஊழல்.

இதனால், எங்கேயும் எதிலும் ஓர் ஒழுங்கற்றத்தன்மை நிலவி யது. புரட்சிக்கு முந்தைய நிலைமை மீண்டும் வந்துவிடும் போலிருந்தது. ஆகவே, மக்கள் புரட்சிக் கொள்கைகளின்மீது கொஞ்சம் கொஞ்சமாக நம்பிக்கை இழந்துகொண்டிருந்தார்கள்.

பழைய மாதிரியே மன்னராட்சியைக் கொண்டு வந்துவிடுவது தான் நல்லது என்று ஒரு கோஷ்டியினர் ஆதரவைத் திரட்டிக் கொண்டிருந்தார்கள்.

இதையெல்லாம் பார்க்கப் பார்க்க, நெப்போலியனுக்கு வயிறு எரிந்தது.

நான் உலகம் முழுவதும் சுற்றி, அகப்படுகிற தேசங்களிலெல் லாம் பிரெஞ்சுப் புரட்சியின் கொள்கைகளைச் செயல்படுத்திக் கொண்டிருக்கிறேன். இங்கே இவர்கள் என்னடாவென்றால், ஒரிஜினல் புரட்சியின் காலை ஒடித்து, சூப் வைத்துக் குடித்து விட்டார்கள். இவர்களை என்ன செய்யலாம்?

நெப்போலியன் வந்த கொஞ்ச நாள்களிலேயே இத்தாலியின் நிலைமை கட்டுக்குள் வந்தது. அதனால் பாரிஸில் கொஞ்ச நாள் தங்கி, சில ஜனநாயகக் கடமைகளை ஆற்றலாம் என்று தீர்மானித் தார் நெப்போலியன்.

ஜனநாயகக் கடமைகள் என்றால்? நெப்போலியன் அரசியலில் குதிக்கப்போகிறாரா?

அப்போதைய பிரான்ஸ் அரசாங்கம், ஓர் ஆட்சிக் குழுவின் பொறுப்பில் இருந்தது. அந்தக் குழுவில் ஒருவர் இடம் பிடிக்கவேண்டுமானால், குறைந்தபட்சம் நாற்பது வயதாகி யிருக்கவேண்டும் - நம் ஊரில் எம்.எல்.ஏ., எம்.பி.க்களுக்கு வயது வரம்பு இருக்கிறதில்லையா, அந்தமாதிரி.

நெப்போலியனுக்கு அப்போதுதான் (1799) முப்பது வயது நடந்துகொண்டிருந்தது. அவர் ஒருவருக்காக யாரும் சட்டத்தை மாற்றமாட்டார்கள். ஆகவே, ஆட்சிக் குழுவில் அவர் இடம் பெற விரும்பினால், இன்னும் பத்து வருடங்கள் காத்திருக்க வேண்டும்.

அதெல்லாம் நமக்குச் சரிப்படாது, பேசாமல் ஆட்சியையே மொத்தமாகக் கைப்பற்றிவிடலாம் என்று தீர்மானித்தார் நெப்போலியன்.

அப்போதைய பிரான்ஸில், அரசாங்கத்துக்கு எதிராகப் பல கோஷ்டிகள் செயல்பட்டுக்கொண்டிருந்தன. அவற்றில் முக்கிய மானவை என்று பார்த்தால் இரண்டு பேரைக் குறிப்பிடலாம்.

முதலாவது, நமக்கு நன்கு பரிச்சயமாகிவிட்ட மன்னராட்சி ஆதரவு கோஷ்டி. இவர்களுடைய ஒரே நோக்கம், லூயி வம்ச ஆட்சியை மீண்டும் கொண்டுவருவதுதான். அதற்கான வாய்ப்பு எப்போது அகப்படும் என்று இவர்கள் பொறுமையாகக் காத்துக் கொண்டிருந்தார்கள்.

இன்னொரு கோஷ்டிக்கு, மன்னராட்சி முறையில் சம்மதம் இல்லை. ஆனால், இப்போதைய ஆட்சியும் பிடிக்கவில்லை. நிஜமான மக்களாட்சி என்பது, வேறுவிதமாக நடைபெறவேண் டும் என்று இவர்கள் விரும்பினார்கள். மூன்றே மூன்றுபேர் கொண்ட ஓர் ஆட்சி முறையைக் கொண்டுவரவேண்டும், அப்போதுதான் அரசாங்கத்தைக் கட்டுக்கோப்பாக நடத்த முடியும் என்று இவர்கள் நினைத்தார்கள்.

இந்த மூன்று பேரில் ஒருவர், ராணுவ பலம் உள்ளவராக, மக்கள் ஆதரவு கொண்டவராக, வலுவான அரசியல் தலைவராக இருக்கவேண்டும் என்று இந்தக் கோஷ்டி எதிர்பார்த்தது. அதற்கு நெப்போலியன் கச்சிதமாகப் பொருந்தினார்.

நெப்போலியனுக்கு ராணுவத்தினர் மத்தியில் நல்ல ஆதரவு உண்டு. அரசுக்கு எதிராகக் கிளர்ச்சி செய்யும்போது அது கை கொடுக்கும். மக்களிடையேயும் அவர் நன்கு பிரபலமானவர். இத்தாலியில் தொடங்கி, பல பகுதிகளில் சமூக மாற்றங்களைச் செய்த நிர்வாக முன்அனுபவமும் உண்டு. தீவிர புரட்சி ஆர்வலர், முடியாட்சியை எப்போதும் ஆதரிக்கமாட்டார். புதுமையான

சிந்தனைகளைக் கொண்டவர். ஆகவே, அவரிடம் தங்களுடைய புதிய புரட்சிக்கு ஆதரவு கேட்டார்கள்.

நெப்போலியனும் ஆட்டத்துக்குச் சம்மதித்தார்.

எனவே, முறைப்படி மக்கள் மன்றத்திடம் அனுமதி கேட்கலாம் என்று தீர்மானித்தார்கள்.

அப்போதைய பிரான்ஸில், இரண்டு ஆட்சி மன்றங்கள் உண்டு - நம் ஊர் நாடாளுமன்றத்தில் மக்களவை, மாநிலங்களவைபோல.

- Council Of Ancients

- Council Of 500

இவற்றுள், முதலாவதாக, 'மூத்தோர் சபை' என்று அழைக்கப் படும் Council Of Ancients சென்று பேசினார் நெப்போலியன். நாட்டைச் சூழ்ந்திருக்கும் வெளி அபாயங்கள், உள் அபாயங்கள் தற்போதைய ஆட்சிக் குழு ஏன் சரிப்படவில்லை, அதைச் சரி செய்து மேம்படுத்துவதற்குத் தாங்கள் முன்வைக்கும் ஆட்சி முறை என்ன என்று விளக்கி, அரசியல் சட்டத்தை மாற்றுவதற்கு அனுமதி கேட்டார்.

இதற்குமுன், நெப்போலியன் எத்தனையோ முறை தன்னுடைய படை வீரர்களுக்கு மத்தியில் பேசியிருக்கிறார். எல்லோரையும் கவரும்படியாகவும், ஊக்குவிக்கும்படியாகவும் உணர்ச்சிமய மாகப் பேசுவது அவருடைய ஸ்டைல். அவருடைய பேச்சைக் கேட்ட வீரர்கள் வீராவேசத்துடன் நாடி, நரம்புகளெல்லாம் துடிக்கப் போர்க் களத்தினுள் செல்வார்கள்.

ஆனால், இந்தமுறை நெப்போலியனின் பேச்சு சரிப்பட வில்லை. காரணம், அவருக்குக் கட்டளையிட்டுதான் பழக்கம், இப்படிச் செய்யலாம் அனுமதி கொடுங்கள் என்று கெஞ்சிக் கேட்பதற்கு அவருடைய கம்பீரம் அனுமதிக்கவில்லை.

ஆகவே, மூத்தோர் சபையில் இருந்தவர்கள் நெப்போலியனின் யோசனையை ஏற்க மறுத்துவிட்டார்கள். அவருக்குப் பலத்த எதிர்ப்பு எழுந்ததுடன், அவரை அவமானப்படுத்தி கேலி செய்யும்விதமாகவும் சிலர் பேசினார்கள்.

இதனால் நிலைதடுமாறிய நெப்போலியன், கோபத்தில் ஏதேதோ கத்தத் தொடங்கிவிட்டார். அவருடைய கெட்ட நேரம்,

அந்தப் பேச்சுகள் மூத்தோர் சபையில் உள்ளவர்களை அவமானப் படுத்துவதுபோலவும், அவர்களை மிரட்டுவது போலவும் அமைந்துவிட்டது. 'துரோகி, சர்வாதிகார ஆசை கொண்டவன்' என்றெல்லாம் அவரைத் திட்டி, 'வெளியே போ' என்று விரட்டி விட்டார்கள்.

இப்படியாக, ஆட்சியைக் கைப்பற்றுவதற்கான நெப்போலிய னின் முதல் முயற்சி படுதோல்வி அடைந்துவிட்டது. மனத்தள வில் நெப்போலியன் மிகவும் தளர்ந்துவிட்டார்.

மிச்சமிருப்பது, 500 உறுப்பினர்களைக் கொண்ட 'Council Of 500'. அதன்மேல் நெப்போலியனுக்கு அதிக நம்பிக்கை இருந்தது. காரணம், நெப்போலியனின் சகோதரர் லூசியன்தான் (Lucien Bonaparte) இந்தச் சபையின் தலைவராக இருந்தார்.

ஆனால், ஏற்கெனவே நெப்போலியன் மூத்தோர் சபையில் பேசிய விவரம், இந்த 500 பேர் சபைக்குக் கிடைத்திருந்தது. ஆகவே, அவர்கள் நெப்போலியனின் நோக்கத்தை முன்ன தாகவே புரிந்துகொண்டு, அவருக்குக் கடும் எதிர்ப்புத் தெரிவித் தார்கள்.

நெப்போலியன், சபையினுள் நுழைந்த விநாடியிலிருந்து, கூச்சல் கள் தொடங்கின. அவரை ஒழுங்காகப் பேசக்கூட அனுமதிக் காமல், 'சர்வாதிகாரத்தை அனுமதிக்கமாட்டோம்' என்றும், 'துரோகி, இதற்காகதான் நீ ராணுவத்தில் சேர்ந்தாயா?' என்றும் நெப்போலியனைப் பார்த்துச் சபை உறுப்பினர்கள் கத்தினார்கள். அவர்களில் பலர் உணர்ச்சிவயப்பட்டு நெப்போலியனைத் தாக்க வந்ததால், ஏகப்பட்ட கலாட்டா, கூச்சல், குழப்பம்.

நெப்போலியனின் பாதுகாவலர்கள், எப்படியோ கஷ்டப்பட்டு அவரைப் பத்திரமாக வெளியே அழைத்துவந்தார்கள். அதன் பிறகும், உள்ளே சண்டை, சச்சரவுகள் தொடர்ந்துகொண்டிருந் தன.

அவ்வளவுதான். மிச்சமிருந்த ஒரே வாய்ப்பையும் கோட்டை விட்டாகிவிட்டது. இனிமேல் நெப்போலியன், பழையபடி ராணுவத்துக்குத் திரும்பவேண்டியதுதான். அரசாங்கத்துக்கு எதிராகப் பேசிய குற்றத்துக்காக, அந்தப் பொறுப்பையும் பிடுங்கி விட வாய்ப்பிருக்கிறது.

அடுத்து என்ன செய்வது என்று புரியாமல் நெப்போலியன் திகைத்து நின்றுகொண்டிருந்தபோது, 500 பேர் சபையினுள் ஒரு சுவாரஸ்யமான நாடகம் அரங்கேறியது. சபைத் தலைவரான லூசியனை எல்லோரும் சூழ்ந்துகொண்டு, நெப்போலியன்மீது கடும் நடவடிக்கை எடுக்கவேண்டும் என்று கடுங்கோபத்துடன் வலியுறுத்தினார்கள்.

லூசியன் சிரமப்பட்டுச் சமாளித்தார். 'நிஜமாகவே என் சகோதரன் பிரான்ஸுக்கு விரோதமாக நடந்தால், அவனைக் கொல்வதற்கும் நான் தயங்கமாட்டேன்' என்று உறுதியளித்தார்.

உண்மையில், லூசியனும் நெப்போலியன் கோஷ்டிதான். மூன்று நபர் ஆட்சி முறைக்கு ஆதரவாகச் செயல்பட்டுக் கொண்டிருந்தவர்தான். ஆனால், நல்ல ஒரு வாய்ப்பை நெப்போலியன் இப்படிச் சொதப்பிவிட்டதால், அவரால் எதுவும் செய்யமுடியவில்லை.

அப்போது லூசியன்முன் இருந்தவை இரண்டே வாய்ப்புகள்தான். சட்டென்று கட்சி மாறி, 'துரோகி' நெப்போலியனைச் சிறையினுள் தள்ளலாம், அல்லது, ஏதாவது செய்து நிலைமையை மீண்டும் தங்களுக்குச் சாதகமாகத் திருப்பலாம்.

இரண்டாவதைத்தான் யோசித்துக்கொண்டிருந்தார் லூசியன்.

சபையிலிருந்து வெளியே வந்த லூசியன், 'நெப்போலியனைத் தாக்க முயன்றவர்கள் எல்லோரும், பழைய மன்னராட்சியின் ஆதரவாளர்கள். அந்தத் துரோகிகள் எதிரி நாடுகளிடம் பணம் பெற்றுக்கொண்டு, பிரெஞ்சு ஆட்சியைக் கலைக்க முயற்சி செய்கிறார்கள்' என்று கதையைத் திசை திருப்பி விட்டார்.

'இந்தத் துரோகிகளால், நம்முடைய நாட்டுக்கு ஆபத்து, நீங்கள்தான் பிரான்ஸைக் காப்பாற்றவேண்டும்' என்று லூசியன் முழங்க, அங்கிருந்த நெப்போலியனின் பாதுகாவலர்கள் / ராணுவத்தினர் ஆவேசத்துடன் சபையினுள் நுழைந்தார்கள்.

இதைப் பார்த்த சபை உறுப்பினர்கள், நடுங்கிப்போய்விட்டார்கள். தங்களுடைய உயிருக்கு ஆபத்து வந்துவிட்டது என்று பயந்து, அவர்கள் திசைக்கு ஒருவராக ஓடினார்கள். கிடைத்த இடத்தில் ஒளிந்துகொண்டார்கள். ஜன்னல்கள் வழியாக வெளியே எகிறிக் குதித்தார்கள்.

இந்தக் கலாட்டா நடந்துகொண்டிருக்கும்போதே, லூசியன் மூத்தோர் சபையிடம் சென்றார், 'மன்னராட்சி ஆதரவாளர்கள் ஆயுதங்களோடு சபையில் புகுந்து தாக்குகிறார்கள், அவர்கள் தான் நெப்போலியனைத் தாக்கிக் காயப்படுத்திவிட்டார்கள்' என்று புகார் செய்தார்.

இதனால், நாட்டில் ஒரு கட்டாய நெருக்கடி நிலைமை உருவா கியது. அல்லது, அப்படியொரு பிரமை லூசியனால் திட்டமிட்டு உருவாக்கப்பட்டது. பதறிப்போன மக்கள் மன்றத்தினர், பழைய ஆட்சிக் குழுவைக் கலைத்துவிட்டு, மூன்று நபர்கள் கொண்ட புதிய ஆட்சி முறையை அறிமுகப்படுத்துவதற்குச் சம்மதித் தார்கள்.

மன்னராட்சிப் பிரியர்களுக்கும் இந்தப் புரட்சிக்கும் எந்தச் சம்பந்தமும் இல்லை. ஆனால், சரியான நேரத்தில் அவர்களு டைய பெயரைச் சரியான விதத்தில் பயன்படுத்தித் தன்னுடைய நோக்கத்தைச் சாதித்துக்கொண்டுவிட்டார் லூசியன்.

இதில் வேடிக்கையான விஷயம் என்னவென்றால், பின்னாள் களில் உலகை ஜெயித்த மாபெரும் தலைவராகப் பெயர் பெற்ற நெப்போலியன், முதன்முறையாக ஆட்சிக்கு வந்ததில் அவரு டைய பங்கு என்று பெரிதாக எதுவுமே இல்லை. முப்பது வயதுக் குள், இரண்டாவதுமுறையாக, கழுத்துக்குக் கத்தி விழும் நிலைமையிலிருந்து தப்பினார் நெப்போலியன்.

மூன்று நபர் அடங்கிய புதிய ஆட்சிக் குழு (Consul) ஒன்று அமைக்கப்பட்டது. இதில், நெப்போலியனுடன் மேலும் இருவர் இடம் பிடித்திருந்தார்கள் - சீயஸ் (Sieyes) மற்றும் ரோஜர் டூகோ (Roger Ducos).

என்னதான் மூன்று நபர் ஆட்சி என்று பெயருக்குச் சொல்லப் பட்டாலும், இவர்களில் ஒருவர்தான் பெரும் தலைவராக இருக்கமுடியும். 'First Consul' என்று அழைக்கப்பட்ட இந்தத் தலைமைக் குடிமகன் பதவியை ஒருவர்தான் வகிக்கமுடியும், மற்ற இருவரைக்காட்டிலும் இவருக்குத்தான் அதிக அதிகாரங் கள் உண்டு என்பது எல்லோருக்கும் தெரிந்த ரகசியம்.

பெருமைக்குரிய இந்தத் 'தலைமைக் குடிமகன்' பதவிக்கு, நெப்போலியன் ஒருமனதாகத் தேர்வு செய்யப்பட்டார் - அவரை

யாரும் தேர்ந்தெடுக்கவில்லை, முன்மொழியவில்லை, வழி மொழியவில்லை. புதிய ஆட்சி அமைகிறது என்றதும், அதன் தலைமைப் பொறுப்பு நெப்போலியனுக்குத்தான் என்று எல்லோருக்கும் தானாகத் தெரிந்திருந்தது. அந்தப் பொறுப்பை கம்பீரத்துடன் ஏற்றுக்கொண்டார் அவர்.

நெப்போலியன் பிரான்ஸின் ஆட்சிமுறையை, சமூக நிலைமையை முன்னேற்றுவதற்குப் பல புதுமையான திட்டங்கள், சீர்திருத்தங்களை மனத்தில் வைத்திருந்தார்.

ஆனால், சுற்றியிருக்கிற புண்ணியவான்கள், அப்படியெல்லாம் ஒரு தேசம் உருப்பட அனுமதித்துவிடுவார்களா? மன்ன ராட்சியைத் தூக்கி எறிந்துவிட்டு, பிரான்ஸ் நல்லபடியாக முன்னேறிவிட்டால், அது அவர்களுடைய கழுத்துக்கு ஆபத்தாச்சே.

பிரான்ஸின் எதிரி தேசங்கள், முன்பைவிட அதிக வேகத்துடன் நெப்போலியனை எதிர்க்கத் தீர்மானித்தன. அவர்களுடைய கூட்டணிப் படையின் பலம், படிப்படியாக அதிகரிக்கப்பட்டது. பிரெஞ்சு எல்லைகளில் நாளொரு கலாட்டா, பொழுதொரு ஆக்கிரமிப்பு என்று வாலாட்டத் தொடங்கினார்கள்.

அவர்கள் மறந்துவிட்ட ஒரு விஷயம், என்னதான் தலைமைக் குடிமகன் என்று அரசாங்கப் பதவியை ஏற்றுக்கொண்டுவிட்டா லும், அடிப்படையில் நெப்போலியன் ஒரு ராணுவத் தலைவர்தான். அவருக்குள் இருக்கிற வீரமும் வேகமும் கொஞ்சம்கூடக் குறைந்திருக்கவில்லை.

ஆகவே, இந்தப் புதிய சவால்களுக்கு நெப்போலியன் தயா ராகவே இருந்தார். அதுவும், முன்பைவிட அதிக அதிகாரங் களுடன், அதிக ஆவேசத்துடன்!

அமைதி விரும்பி

'நண்பர்களே, நீங்கள் விரும்பினாலும் விரும்பா விட்டாலும் நம் நாட்டில் இப்போது மக்களாட்சி தான் நடந்துகொண்டிருக்கிறது. இதனுள் பரிசோதனை முயற்சிகளாகப் பலப்பல மாற்றங் களைச் செய்துபார்ப்போமே தவிர, மறுபடியும் இன்னொரு லூயி இங்கே ஆட்சியில் அமர நாம் அனுமதிக்கப்போவதில்லை.

மக்களாட்சி என்பது, நமக்குமட்டுமில்லை, இந்த பூலோகத்துக்கே புதுமையான ஒன்று. ஆகவே, நினைத்த வேகத்தில் ஒரு லட்சிய ஆட்சியை நம்மால் அமைத்துவிடமுடியாது. கொஞ்சம் கொஞ்சமாக முயன்றுபார்த்து, ஒருகட்டத்தில் ஒழுங்கான ஆட்சியை அமைத்துவிடுவோம், சந்தேகப்படாதீர்கள், நம்புங்கள்.

ஆக, அந்த உத்தமோத்தம மக்களாட்சி வரும்வரை, நீங்கள் கொஞ்சம் பொறுமை காக்கவேண்டியது அவசியம். முந்தைய ஆட்சிகளின் குறைகளைப்

9

பார்த்து நீங்கள் பொங்கியெழுந்தீர்கள், நாங்களும் அப்படியே நினைத்தோம். அதனால்தான், இந்தப் புதிய ஆட்சியை அமைத் திருக்கிறோம். இதை நாங்கள் ஒழுங்கு செய்வதற்கு, உங்களு டைய ஒத்துழைப்பு மிக அவசியம்.

இதனால், தயவு செய்து எங்களுடைய ஆட்சியை எதிர்க்க நினைக் காதீர்கள், உள்நாட்டுக் குழப்பங்களையெல்லாம் உட்கார்ந்து நிதானமாகப் பேச்சுவார்த்தைகள் நடத்திச் சரி செய்கிற நிலைமை யில் நாங்கள் இல்லை. யாரேனும் அநாவசியமாக எதிர்த்தால், அடித்து வீழ்த்திவிட்டுப் போய்க்கொண்டே இருப்போம்.

அதேசமயம், எங்களை இரக்கமில்லாதவர்கள் என்று நினைத்து விடாதீர்கள். இதற்குமுன் அரசாங்கத்துக்கு விரோதமாகச் செயல் பட்டதற்காகத் தண்டிக்கப்பட்டவர்கள் எல்லோருக்கும் மன்னிப்புத் தருகிறோம். வெளிநாட்டுக்குத் தப்பிப் போனவர்கள் கூட, இங்கே திரும்பி வந்து பழையபடி வாழ்க்கையைத் தொடர லாம், அவர்கள்மீது எந்த நடவடிக்கையும் எடுக்கமாட்டோம்.

பதிலுக்கு, அவர்கள் எங்களை ஆதரிக்கவேண்டும். நீங்கள் எல்லோரும் ஆதரிக்கவேண்டும். நாம் அனைவருமாக இணைந்து தான் புதிய பிரான்ஸை உருவாக்கமுடியும், அதைக் கொஞ்சம் புரிந்துகொள்வீர்களாக.

இப்போதைய நிலைமைப்படி, உலகத்தில் பிரான்ஸைத்தவிர மிச்சமிருக்கும் எல்லாத் தேசங்களும் சேர்ந்து நம்மை எதிர்க்கத் திட்டமிட்டுக் கொண்டிருக்கிறார்கள். அவர்களுக்கு நம்முடைய மக்களாட்சி பிடிக்கவில்லை, அதன்மூலம் நாம் எங்கே முன்னேறிவிடுவோமோ என்று வயிறு எரிகிறார்கள்.

அவர்களை எதிர்க்கவேண்டுமானால், பிரான்ஸுக்குப் பலமான ராணுவம்மட்டும் போதாது, மக்கள் எங்களுடைய பக்கம் இருக்கிறார்கள் என்ற நம்பிக்கை வேண்டும். அதற்கு நீங்கள் எங்களை ஆதரிக்கவேண்டும் - முழுமையாக ஆதரிக்கவேண் டும், அரசாங்கத்தை எதிர்த்து யாரும் வாய் திறக்கக்கூடாது, கலவரம், போராட்டம், எதிர்ப் புரட்சி, மூச்.'

- இப்படி ஒரு கண்டிப்பான உத்தரவை வெளியிட்டபிறகு, நெப்போலியனின் புதிய ஆட்சிக்கு எதிரான சலசலப்புகள் கொஞ்சம் கொஞ்சமாகக் குறையத் தொடங்கின. மிகக் குறுகிய காலகட்டத்திற்குள், உள்நாட்டுக் கலவரங்கள் முற்றிலுமாக நின்றுபோய்விட்டன.

இதனால், நெப்போலியன் எல்லைப்புறப் பாதுகாப்பில் கவனம் செலுத்தமுடிந்தது. எதிரி நாடுகள் அமைக்கும் ராணுவங்களைப் பற்றித் தகவல் திரட்டி, உரிய மாற்று ஏற்பாடுகளைச் செய்வது சாத்தியமானது.

உண்மையில், நெப்போலியனுக்கு யாருடனும் போரிட வேண்டிய அவசியமோ, விருப்பமோ அப்போதைக்கு இல்லை. காரணம், உள்நாட்டில் சரி செய்யவேண்டிய விஷயங்கள் ஏராள மாக இருந்தன. ஆகவே, பிற ஐரோப்பிய நாடுகளுடன் நல்லுறவு வளர்த்துக்கொள்வதையே நெப்போலியன் விரும்பினார்.

ஆனால், மற்ற நாடுகள் நெப்போலியனை மதிக்கத் தயாராக இல்லை. பிரான்ஸில் மறுபடியும் மன்னராட்சி கொண்டு வரப் படும்வரை, அங்கே அமைகிற எந்த ஆட்சியையும் நாங்கள் அங்கீகரிக்கமுடியாது என்று தீர்மானமாகச் சொல்லிவிட்டார்கள்.

இந்தப் பிடிவாதத்துக்கு அடிப்படைக் காரணம், நெப்போலியன் முயற்சிகளால் பிரான்ஸில் பெரிய அளவு மாற்றங்கள் நிகழ்ந்து, எல்லோரும் சந்தோஷமாக, தன்னிறைவோடு வாழத் தொடங்கி விட்டார்கள் என்றால், அந்த முன்னுதாரணம் மற்ற ஐரோப்பிய தேசங்களில் நிச்சயமாக ஒரு பெரிய தாக்கத்தை உண்டாக்குமோ என்ற பயம்தான்.

இன்றைக்கு பிரான்ஸ் ஆட்சியைப் பிடித்தவர், நாளைக்கே அது போதவில்லை என்று அக்கம்பக்கத்து ராஜ்ஜியங்களைக் கைப் பற்ற வந்துவிட்டால்? அது இன்னும் விபரீதமாகிவிடும்.

இப்படிப் பல காரணங்களால், கடைசிவரை அவர்கள் நெப்போலி யனின் ஆட்சியை அங்கீகரிக்கவே இல்லை. அலட்சியப்படுத் தினார்கள்.

இதனால், 'அடச்சே! சும்மா இருக்க நினைத்தாலும் விட மாட் டேன் என்கிறார்களே' என்று போருக்காகத் திட்டமிட ஆரம்பித் தார் நெப்போலியன். உள்நாட்டுச் சீர்திருத்தங்களைக் கொஞ்சம் ஒத்திப்போட்டுவிட்டு, ராணுவத்தைப் பலப்படுத்தத் தொடங் கினார்.

பிரான்ஸின் தலைமைக் குடிமகனாகப் பொறுப்பேற்றபிறகு, நெப்போலியன் சந்தித்த முதலாவது ராணுவச் சவால், ஆஸ்திரி யர்களிடமிருந்து.

அதே பழைய கதைதான். ஆஸ்திரியர்கள் மீண்டும் இத்தாலிக்குள் புகுந்தார்கள். முன்பு நெப்போலியன் ஜெயித்த பகுதிகள் பலவற்றையும் கைப்பற்றினார்கள்.

'இருங்கடா, இதோ வந்துட்டேன்' என்று புறப்பட்டார் நெப்போலியன்.

அப்போது பிரெஞ்சுப் படைகள் அத்தனை வலிமையோடு இல்லை. சரியான போர்ப் பயிற்சி இல்லாமல் ஒழுங்கற்றுச் சிதறி யிருந்தார்கள். அவர்களையெல்லாம் பழையபடி ஒருங் கிணைத்துக்கொண்டுதான் கிளம்பவேண்டியிருந்தது.

கடுமையான குளிர்காலம் அது. ஆனால், அதையெல்லாம் பார்த்துத் தயங்கிக்கொண்டிருந்தால், ஆஸ்திரியர்கள் இத்தாலியைப் பிய்த்துச் சாப்பிட்டுவிடுவார்கள். ஆகவே, தேவை யான பாதுகாப்பு ஏற்பாடுகளைச் செய்துகொண்டு, நெப்போலி யனின் படை உடனடியாகப் புறப்பட்டது.

ஆஸ்திரியப் படைகள் சற்றும் எதிர்பாராத திசையிலிருந்து அவர் களைத் தாக்கிச் சிதறடிக்கவேண்டும் என்பதுதான் நெப்போலி யனின் திட்டம். இதற்காக ஆல்ப்ஸ் மலைத் தொடரைத் தேர்ந்தெடுத்தார்.

நெப்போலியனின் படையினருக்கு, அவருடைய இந்த யோசனை பெரும் அதிர்ச்சியளித்தது. காரணம், இந்தக் குளிர் காலத்தில், ஆல்ப்ஸ் மலைமீது ஏறுவதைப்பற்றி யாராலும் கற்பனைகூடச் செய்யமுடியவில்லை. தவிர, இத்தனை வீரர்கள், குதிரைகள், துப்பாக்கிகள், பீரங்கிகளோடு ஆல்ப்ஸ் மலையைத் தாண்டிக் கடப்பது மிக மிகச் சிரமம் என்று அவர்கள் சுட்டிக்காட்டினார்கள்.

'அதுதான் எனக்கு வேண்டும்' என்றார் நெப்போலியன், 'குளிர் காரணமாக, ஆல்ப்ஸ் மலைப்பக்கம் யாரும் வரமாட்டார்கள் என்று ஆஸ்திரியப் படைகள் அலட்சியமாக இருக்கும்தானே? அந்த நேரம் பார்த்து, நாம் அவர்களை வீழ்த்திவிடலாம்.'

'என்னப்பா இது, பைத்தியக்காரத்தனமான யோசனையா இருக்கு' என்று பிரெஞ்சுப் படை மொத்தமும், பல்லைக் கடித்துக்கொண்டு மலையேறத் தொடங்கியது. கோவேறு கழுதை மேல் ஏறிக்கொண்டு நெப்போலியன் அவர்களை வழி நடத்திச் சென்றார். கடும் பனி காரணமாக, வழக்கத்தைவிட மிக

மெதுவாக, மிக எச்சரிக்கையாக அவர்கள் முன்னேறிச் சென் றார்கள்.

நெப்போலியன் எதிர்பார்த்ததுபோலவே, ஆல்ப்ஸ் மலைப் பகுதியில் ஆஸ்திரியர்களின் படைகள் அவ்வளவாகத் தென்பட வில்லை. இந்தப் பக்கம் யார் வரப்போகிறார்கள் என்று சரியான படி பாதுகாப்புச் செய்யாமல் இருந்துவிட்டார்கள்.

அந்தச் சின்ன வாய்ப்பைப் பயன்படுத்திக்கொண்டு, நெப்போலி யன் படை இத்தாலியினுள் புகுந்தது. அந்த ஆரம்ப அதிர்ச்சியி லிருந்து ஆஸ்திரியர்கள் மீள்வதற்குள், அவர்கள் கைப்பற்றி யிருந்த பல பகுதிகளை, நெப்போலியன் தன் வசமாக்கினார்.

வழக்கம்போல், இந்தமுறையும் இத்தாலியில் நெப்போலிய னுக்குப் பிரமாதமான வரவேற்பு. தங்கள் மொழி பேசுகிற ஒருவர், பிரான்ஸின் உச்சப் பதவியில் அமர்ந்திருப்பது அவர் களுக்குப் பெருமிதமாக இருந்திருக்கவேண்டும். இரண்டாவது முறையாக ஆஸ்திரியர்களை விரட்டியடித்துத் தங்களுக்குச் சுதந்தரம் வாங்கித் தந்ததில் இன்னும் சந்தோஷம்.

அதேசமயம், ஆஸ்திரியர்கள் நெப்போலியனுக்கு எதிராகப் பெரும் படை திரட்டத் தொடங்கியிருந்தார்கள். இத்தாலியைத் தக்கவைத்துக்கொள்வதெல்லாம்கூட இப்போது அவர்களுக்கு இரண்டாம்பட்சமாகிவிட்டது. - நெப்போலியனை ஜெயித்தாக வேண்டும் என்கிற ஒரே நோக்கத்துடன் முன்னேறி வந்து கொண்டிருந்தார்கள்.

இதைக் கேள்விப்பட்ட நெப்போலியனும், தனது படைகளுடன் முன்னேறிச் சென்றார். இந்த இரு படைகளும், மெரெங்கோ (Marengo - ஜூன் 14, 1800) என்ற இடத்தில் சந்தித்தன.

உண்மையில், மெரெங்கோ சென்றடைவதற்குச் சில நாள்கள் முன்பிருந்தே, நெப்போலியன் இந்தத் தாக்குதலை எதிர்பார்த் திருந்தார். ஆனால், ஆஸ்திரியர்கள் வருவார்கள், தாக்குவார்கள் என்று அவர்தான் காத்திருந்தாரே தவிர, அவர்கள் தென்படுகிற வழியைக் காணோம்.

பிரெஞ்சுப் படைகளின் ஆரம்ப வெற்றியைப் பார்த்து ஆஸ்திரி யர்கள் பின்வாங்கிவிட்டார்கள், இனிமேல் அவர்கள் நம்மைத் தாக்க வரமாட்டார்கள் என்று தப்புக்கணக்குப் போட்டார் நெப்போலியன்.

இருந்தாலும் ஆஸ்திரியர்கள் எந்தவழியாகவும் தப்பிச் சென்றுவிடாதபடி தடுத்தாகவேண்டும் என்று முடிவு செய்தார்.

இதற்காக, நெப்போலியன் படையின் ஒரு பகுதிமட்டும் தனியே பிரிக்கப்பட்டது. இந்தப் பிரிவுக்கு, நெப்போலியனின் நண்பரும் சிறந்த படைத் தளபதியுமான லூயி சார்லஸ் டிசே (முழுப் பெயர்: Louis Charles Antoine Desaix de Veygoux) தலைமைப் பொறுப்பேற்றார்.

ஜெனரல் டிசேவுக்கு வழங்கப்பட்டிருந்த கட்டளை ஒன்றே ஒன்றுதான். ஆஸ்திரியர்கள் எந்தப் பக்கம் தென்பட்டாலும், அவர்களை விரட்டியடிக்கவேண்டும், சந்தேகத்துக்கு இடமில் லாதபடி தோற்கடிக்கவேண்டும், இன்னொருமுறை அவர்கள் இத்தாலிப் பக்கம் எட்டிப்பார்க்க நினைக்காதபடி வாலை ஒட்ட நறுக்கிவிடவேண்டும்.

டிசே தலைமையிலான படை ஒரு பக்கம் புறப்பட்டுச் சென்ற பிறகு, நெப்போலியன் வழக்கம்போல் இத்தாலிக்குள் தொடர்ந்து முன்னேறிச் சென்றார். ஆனால், இத்தாலிக்குள் பதுங்கியிருந்த ஆஸ்திரியர்கள் திடீர்த் தாக்குதலைத் தொடங்கினார்கள்.

அந்த நேரத்தில், நெப்போலியன் இப்படியொரு பெரிய படையைச் சமாளிக்கக் கொஞ்சம்கூடத் தயார் நிலையில் இல்லை. ஏற்கெனவே டிசே தலைமையில் பல வீரர்களைப் பிரித்து அனுப்பி விட்டதால், அவருடைய படையும் பலமானதாக இல்லை.

இதனால், மெரெங்கோப் போரில் தொடக்கத்திலிருந்தே ஆஸ்தி ரியாவின் கை ஓங்கியிருந்தது. அதுவரை நெப்போலியனிடம் வாங்கிய உதைக்கெல்லாம், பதிலடி கொடுத்துவிடவேண்டும் என்கிற ஆவேசத்துடன் அவர்கள் தாக்கிக் கொண்டிருந்தார்கள்.

நெப்போலியன் அவசரமாக டிசேவுக்குத் தகவல் அனுப்பினார் - 'ஐயா, நீங்கள் தேடிக்கொண்டிருக்கும் ஆஸ்திரியர்கள் இங்கே இருக்கிறார்கள், எங்களைப் பிய்த்துப் பணியாரமாக்கிக் கொண்டிருக்கிறார்கள், இந்தக் கடிதத்தைத் தந்தியாகப் பாவித்து உடனே புறப்பட்டு வரவும்.'

இந்தக் கடிதம் டிசே கைக்குக் கிடைப்பதற்குமுன், அவர் நடப்பதை ஓரளவு ஊகித்துவிட்டார். எங்கோ துப்பாக்கிகள்,

பீரங்கிகள் முழங்குகிற சத்தம் கேட்கிறது. இந்தப் பகுதியில் போர் நடக்கிறதென்றால், அது பிரான்ஸுக்கும் ஆஸ்திரியாவுக்கும் இடையில்தான் நடந்தாகவேண்டும். அப்படியானால், நெப்போலியனுக்கு உதவி தேவைப்படுகிறது என்று அர்த்தம்.

இப்படி யோசித்த அவர், உடனடியாக ஒரு 'யு-டர்ன்' எடுத்துக் கொண்டு, சத்தம் வந்த திசையை நோக்கி வேகமாகப் பயணம் செய்ய ஆரம்பித்தார். அவருடைய படை வந்து சேர்வதற்குள், மெரெங்கோவில் நெப்போலியன் படை படுமோசமாகத் தோற்றுக்கொண்டிருந்தது.

மெரெங்கோப் போர் கிட்டத்தட்ட முடிந்துவிட்டது, ஆஸ்திரியா வெற்றிபெறுவது உறுதியாகிவிட்டது. நெப்போலியனை ஜெயித்துவிட்டோம் என்கிற உற்சாகத்தில் ஆஸ்திரியர்கள் கொஞ்சம் கவனம் கலைந்த நேரத்தில்தான், டிசே தலைமையி லான படைகள் வந்து சேர்ந்தன.

ஆஸ்திரியர்கள் ஆச்சரியத்தில் மூழ்கிப்போனார்கள். திடீரென்று நெப்போலியனின் படைகள் கூடுதல் பலத்துடன் போரிடுவதைப் பார்த்ததும், அதுவரை அசட்டையாகச் சண்டை போட்டுக் கொண்டிருந்தவர்கள் சுறுசுறுப்படைந்தார்கள். ஆனால் அதற்குள், நிலைமை நெப்போலியனுக்குச் சாதகமாகத் திரும்பத் தொடங்கியது.

தோல்வியின் விளிம்பைத் தொட்டுத் திரும்பியிருந்த நெப்போலி யனுக்கு, உள்ளே புது ரத்தம் பாய்ந்தாற்போலாகிவிட்டது. டிசே தலைமையிலான படையை மிகச் சிறப்பாகப் பயன்படுத்தி, ஆஸ்திரியர்களை வேகமாகத் தாக்கத் தொடங்கினார்.

அடுத்த சில மணி நேரங்களுக்குள், பிரெஞ்சுப் படை விட்டதைப் பிடித்தது. ஆஸ்திரியர்கள் தரப்பில் இழப்பு அதிகமாகிக் கொண்டிருந்ததால், அவர்கள் தோற்றுப் பின்வாங்கத் தொடங் கினார்கள்.

நெப்போலியனுக்கு, மீண்டும் ஒரு மாபெரும் வெற்றி. இதன்மூலம், ஆஸ்திரியர்களின் இத்தாலி ஆக்கிரமிப்பு முடிவுக்கு வந்தது. ஒரே ஒரு வருத்தம் - கடைசி நேரத்தில் இந்த வெற்றிக்கு உதவிய ஜெனரல் டிசேதான், மெரெங்கோப் போரில் வீர மரணம் அடைந்திருந்தார்.

தோல்வியடைந்த ஆஸ்திரியா, மீண்டும் நெப்போலியனுடன் ஒரு சமாதான ஒப்பந்தம் செய்துகொள்ள முன்வந்தது. இதன்படி, இத்தாலியிலிருந்து வெளியேறிவிடுகிறோம், இனிமேல் உங்களுடைய வழிக்கு வருவதில்லை என்று உறுதிமொழி எழுதிக் கொடுத்தார்கள்.

இத்தாலி ஆக்கிரமிப்பில் பெற்ற வெற்றி, நெப்போலியனுக்குப் பல விதங்களில் உதவியாக இருந்தது. அவருடைய தலைமையில் அமைந்திருக்கும் புதிய பிரெஞ்சு அரசு, ஐரோப்பாவில் தனது ஆதிக்கத்தை உறுதி செய்துகொள்ளமுடிந்தது.

அதேசமயம், மற்ற ஐரோப்பிய நாடுகள், நெப்போலியனை மேலும் எச்சரிக்கையோடு அணுகத் தொடங்கினார்கள்.

நெப்போலியனும் முடிந்தவரை போர்களைத் தவிர்த்து, அயல் நாடுகளுடன் நல்லுறவு வளர்த்துக்கொள்ள விரும்புகிறவராகவே இருந்தார்.

இந்தக் காலகட்டத்தில் நெப்போலியன் ஈடுபட்ட போர்களையெல்லாம், சரித்திரம் 'நெப்போலியனின் போர்கள்' (Napoleonic Wars) என்று குறிப்பிடுகிறது. ஆனால், இந்தப் போர்களில் எவையும், நெப்போலியனால் தொடங்கப்பட்டவை அல்ல என்பதை கவனிக்கவேண்டும்.

அன்றைய உலகில், நெப்போலியன் அளவுக்குப் போர்களில் ஜெயித்தவர்களும் கிடையாது, அவர் அளவுக்குச் சமாதான ஒப்பந்தங்களில் கையெழுத்திட்டவரும் கிடையாது.

நெப்போலியன் நாடு பிடிக்கும் ஆசையோடு அலைந்தார் என்றெல்லாம் சொல்வதற்கில்லை. யாரேனும் வாலாட்டினால், அதை ஒட்ட நறுக்கிவிட்டு, அவர்களோடு ஒரு சமாதான ஒப்பந்தமும் செய்துகொண்டுவிடுவார் நெப்போலியன். அதன்பிறகு, அவர்கள்தான் அந்த ஒப்பந்தத்தை மீறுவார்களேதவிர, நெப்போலியன் மீறியதில்லை.

இப்போதைக்கு பிரான்ஸுக்கு மஹாராஜா கிடையாது, இனிமேல் நெப்போலியன்தான் பிரெஞ்சு அரசாங்கம் என்பதை பெரும்பாலான ஐரோப்பிய நாடுகள் ஏற்றுக்கொள்ளவேண்டியதாயிற்று.

இதில் ஒரே ஒரு விதிவிலக்கு, இங்கிலாந்து. அவர்களால் மட்டும், நெப்போலியனை பிரெஞ்சு ஆட்சியாளராக ஏற்றுக் கொள்ளவேமுடியவில்லை. என்றைக்காவது நெப்போலியன், தங்களைத் தாக்கக்கூடும் என்கிற பயம் அவர்களுக்கு எப்போதும் இருந்தது.

இந்தச் சமயத்தில், இங்கிலாந்தில் ஆட்சி மாறியது. அதன்பிறகு, நெப்போலியனுக்கும் இங்கிலாந்துக்கும் நட்பு ஏற்படுகிற சூழ்நிலை உருவானது. 1802-ம் ஆண்டு, ஆமியன்ஸ் (Amiens) என்ற இடத்தில் இந்த இரு தேசங்களின் பிரதிநிதிகள் ஒரு சமாதான ஒப்பந்தத்தில் கையெழுத்திட்டார்கள்.

ஒருவழியாக எல்லைச் சலசலப்புகளைக் குறைத்து, அக்கம் பக்கத்து நாடுகளின் நல்லெண்ணத்தைப் பெற்றபிறகு, நெப்போலியன் மீண்டும் உள்நாட்டினுள் தன்னுடைய பார்வையைத் திருப்பினார். அங்கே அவருடைய உடனடி கவனத்துக்காக ஆயிரக்கணக்கான பிரச்னைகள் காத்திருந்தன.

பெருமூச்சோடு வேலையில் இறங்கினார் நெப்போலியன். கொஞ்ச காலத்துக்கு, அவர் தனது ராணுவச் சீருடையை மறந்து விட்டு, கண்டிப்பான நிர்வாகியாக அவதாரம் எடுக்கவேண்டிய நிர்ப்பந்தத்தில் இருந்தார்.

நிர்வாகி

உலக அகராதியில், 'ராணுவப் புரட்சி' என்றாலே, அதற்கு 'அடாவடி' என்றுதான் அர்த்தம். பின்வாசல் வழியே ஆட்சியைப் பிடிக்கிற எல்லோருக்கும், சரித்திரம் 'சர்வாதிகாரி' என்ற பட்டத்தைத்தான் சூட்டுகிறது.

ஆனால், ஆச்சரியமான விஷயம், இப்படிச் சர்வாதி காரிகளாக ஆட்சியைத் தொடங்கியவர்கள் பலர், மிகச் சிறந்த நிர்வாகிகளாக ஜொலித்ததும் உண்டு. 'நியாயப்படி' ஆட்சிக்கு வந்த மற்றவர்களைவிட, இவர்களுடைய ஆட்சிக் காலத்தில் அந்த தேசம் கூடுதல் வளர்ச்சியைச் சந்தித்து முன்னேறியிருப் பதைப் பார்க்கமுடியும்.

இதற்குச் சிறந்த உதாரணம், நெப்போலியனின் ஆட்சி.

மக்களின் பிரச்னைகளை நேருக்கு நேர் சந்தித்து வளர்ந்தவர் நெப்போலியன். அடுத்த வேளைச்

10

சாப்பாட்டுக்கு வழியில்லாமல் பட்டினி கிடந்த அனுபவத்தி
லிருந்து, ஆடம்பர மாளிகையில் ஏகப்பட்ட வேலைக்காரர்களை
ஏவல் செய்கிற சௌகர்யம்வரை, முப்பது வயதுக்குள்
எல்லாவற்றையும் பார்த்துவிட்டவர் அவர். புத்தக வாசிப்பும்
வயதுக்கு மிஞ்சிய முதிர்ச்சியை அவருக்குக் கொடுத்திருந்தது.

பிரெஞ்சு மக்களின் பிரச்னைகள் என்ன என்பதை யாரும்
அவருக்குத் தனியாகச் சொல்லித்தரவேண்டியிருக்கவில்லை.
முந்தைய ஆட்சியில் தன்னை உறுத்திய விஷயங்கள் என்னென்ன
என்று யோசித்து, அதற்கேற்ற மாற்று ஏற்பாடுகளைச் சிந்திக்கத்
தொடங்கினார்.

நெப்போலியனின் மிகப் பெரிய பலம், அவருடைய கனவு
காணும் குணம்தான். முன்னேறிய பிரான்ஸ் எப்படி இருக்க
வேண்டும் என்று ஒரு பிரும்மாண்டமான கனவை அவர்
தனக்குள் வளர்த்துக்கொண்டிருந்தார். அதை நிஜமாக்குவதற்கு
என்னவெல்லாம் செய்யவேண்டும் என்கிற ஒரே சிந்தனைதான்
அவருக்குள் எப்போதும் ஓடிக்கொண்டிருந்தது.

பிரான்ஸை முன்னேற்றுவதற்கு நெப்போலியன் எடுத்துக்
கொண்ட முதலாவது விஷயம், சமூகச் சமநிலை.

பிரான்ஸ் மட்டுமல்ல, அப்போது பெரும்பாலான உலக நாடு
களில் இந்தச் சமூகச் சமநிலை இல்லை. ஒரே சமூகத்தில், சிலர்
மேலும் மேலும் பணக்காரர்களாக, மதிப்போடு வாழ்வதும்
வேறு சிலர் அடிமைகளாகக் கீழே தள்ளி நசுக்கப்படுவதும் சர்வ
சாதாரணமாக இருந்தது.

இந்த அவலம், பிரான்ஸில் இனி தொடரக்கூடாது என்றார்
நெப்போலியன். எல்லோரும் சமம், எல்லோருக்கும் ஒரேமாதிரி
யான வாய்ப்புகள் கிடைக்கவேண்டும், யார் வேண்டுமானாலும்,
எந்த நிலையிலிருந்தும் எந்தப் பதவிக்கும் உயரமுடியும் என்கிற
நிலையை உருவாக்கவேண்டும்.

இதற்கு, தன்னையே ஓர் உதாரணமாக எடுத்துக்கொண்டார்
நெப்போலியன். ஒரு சாதாரணப் படை வீரன் என்கிற நிலைமை
யிலிருந்து, நாட்டின் முதல் குடிமகன் என்கிற பதவிக்குத்
தன்னால் உயரமுடிந்திருக்கிறது என்றால், மற்றவர்களாலும் அது
முடியும், முடியவேண்டும்.

அடுத்தபடியாக, பிரெஞ்சுச் சட்டங்களை ஒழுங்குப்படுத்துகிற முயற்சியில் இறங்கினார்.

பிரெஞ்சுப் புரட்சிக்குப்பிறகு, அந்நாட்டின் சட்டங்கள், அதற் கேற்ப மாற்றம் செய்யப்படவில்லை. இதனால், மக்களாட்சி அமைந்தும், சட்டங்கள் பழைய ராஜா காலத்துச் சாயம் பூசிக்கொண்டிருந்தன. மக்களுக்கு முழு உரிமைகள் சென்று சேரவில்லை.

தவிர, அப்போதைய பிரான்ஸில், ஊருக்கு ஒரு சட்டம் இருந்தது. அதாவது ஓர் ஊரில் நியாயமாகக் கருதப்படும் ஒரு விஷயம், அதற்குப் பக்கத்து ஊரிலேயே தண்டனைக்குரிய குற்றமாக இருந்தது.

அப்போதைய பிரெஞ்சு மக்களுக்கு இது பெரிய வேதனையாக இருந்தது. யார், எப்போது, எதற்காகத் தண்டிக்கப்படுவார்கள் என்பது நிச்சயமாகத் தெரியாமல் மக்கள் திணறினார்கள்.

இந்த நிலைமையைப் பயன்படுத்திக்கொண்டு, சட்டங்களின் சந்துபொந்துகளில் புகுந்து வெளியே வருகிற சமூக விரோதிகள் அதிகமானார்கள். சட்டக் குழப்பங்களால் பொதுமக்கள் பாதிக்கப்படுவதும் இந்தக் கில்லாடிகள் தப்பித்துவிடுவதும் சர்வ சாதாரணமாக இருந்தது.

அப்போதைய பிரெஞ்சுச் சட்டங்களைப்பற்றி வேடிக்கையான ஒரு வாசகம் உண்டு - அவர்களிடம் முந்நூறுவிதமான சட்டப் புத்தகங்கள் இருந்தன, ஆனால், ஒரு சட்டம்கூட இல்லை.

இந்த நிலைமையை மாற்ற, பிரான்ஸ் முழுமைக்கும் பொதுவான சட்டங்கள் உருவாக்க, நெப்போலியன் தலைமையிலான ஆட்சிக் குழு முடிவெடுத்தது. இதற்காக, சட்ட நிபுணர்களைக் கொண்ட ஒரு சிறப்புக் குழு உருவாக்கப்பட்டது.

இனிமேல் கலர்கலரான உள்ளூர்ச் சட்டங்களெல்லாம் கிடை யாது. நாடுமுழுவதும் ஒரே சட்டம்தான். இதன்மூலம் மக்களின் அடிப்படை உரிமைகள் பாதுகாக்கப்படும், அநாவசியக் குழப்பங்கள் தவிர்க்கப்படும் என்றார் நெப்போலியன்.

அனுபவம் மிக்க நிபுணர்களால் உருவாக்கப்பட்ட இந்தச் சட்டங்கள், நேரடியாக அமல்படுத்தப்படவில்லை. நெப்போலி யனும் அவர்களோடு உட்கார்ந்து, ஒவ்வொரு சட்டத்தின்

தன்மை, அதனால் ஏற்படக்கூடிய விளைவுகள், சமூக விரோதி கள் அதை எப்படியெல்லாம் பயன்படுத்திக்கொள்ளக்கூடும் என்று விரிவாக விவாதித்தார். இந்த விவாதங்களின் அடிப் படையில் தேவையான திருத்தங்கள் செய்யப்பட்டன.

நான்கு மாதங்களுக்குள், நெப்போலியன் எதிர்பார்த்த 'பொது'ச் சட்டத்தின் முதல் வடிவம் தயாரானது. அதன்பிறகு, இந்தச் சட்டங்கள் முழுமையடைவதற்குப் பல ஆண்டுகள் ஆயின. எனினும், நெப்போலியன் செயல்படுத்த விரும்பிய அடிப்படை விஷயங்கள், கொள்கைகள் சீக்கிரத்தில் அமலுக்கு வந்து விட்டன.

முற்போக்குச் சிந்தனையோடு உருவாக்கப்பட்டிருந்த இந்தச் சட்டங்கள், 'Code Of Napoleon' என்றே பெயரிட்டு அழைக்கப் படுகின்றன. இதில் நெப்போலியன் அறிமுகப்படுத்தியிருந்த பல அம்சங்கள், அன்றைய காலகட்டத்துக்கு மிகப் புதியவை.

அப்போதைய பிரெஞ்சு சமுதாயம், பழைமையில் ஊறிப் போயிருந்தது. ஏதேனும் புதிதாகச் சொன்னால், 'ஐயோ' என்று பதறிப்போய் அலறுகிறவர்கள்தான் அதிகம்.

இதனால், நெப்போலியன் முன்வைத்த மாற்றங்களை அவர் களால் ஜீரணிக்கமுடியவில்லை. புதிய சட்டங்களுக்குப் பரவ லான எதிர்ப்புகள் எழுந்தன. அதன்பிறகு, 'இதெல்லாம் உங்களு டைய நல்லதுக்காகத்தான்' என்று பொறுமையாக எடுத்துச் சொன்னபிறகு, காலப்போக்கில் அந்தச் சிந்தனைகள் ஏற்றுக் கொள்ளப்பட்டு, சட்டங்கள் முழுமையடைவதற்குப் பல வருடங் கள் பிடித்தன.

நெப்போலியன் கொண்டுவந்த மாற்றங்கள், ஆரம்பத்தில் எதிர்ப்பைச் சந்தித்தாலும், பின்னர் பிரான்ஸ்மட்டுமின்றி அநேக ஐரோப்பிய நாடுகளால் ஏற்றுக்கொள்ளப்பட்டன. இன்றுவரை, பல நாடுகளின் சட்டங்கள், 'Code Of Napoleon'னைப் பின்பற்றி, அமைக்கப்பட்டிருப்பதை வெளிப்படையாகப் பார்க்கலாம்.

அன்றைய பிரான்ஸில், நெப்போலியன் கொண்டுவந்த சில முக்கியமான சட்ட மாற்றங்கள்:

கல்வி உரிமை: எல்லோருக்கும் கல்வி, பொதுப் பள்ளிகள், அனைவருக்கும் ஒரேமாதிரியான பாடத் திட்டம். பிரெஞ்சுச்

சமூகத்தில் எல்லாத் தரப்பினரும் படிக்க ஆரம்பித்ததும் படைக்க ஆரம்பித்ததும் சமூக முன்னேற்றத்துக்குப் பங்களிக்க ஆரம் பித்ததும் நெப்போலியன் காலத்தில்தான்.

கருத்துச் சுதந்தரம்: அரசாங்கத்தை, ஆட்சியாளர்களை யார் வேண்டுமானாலும் விமரிசிக்கலாம்.

- பெண் உரிமை சார்ந்த சட்டங்கள்.

- யாரும் எந்தத் தொழிலும் செய்யலாம் என்கிற சம உரிமை.

- நில உரிமைச் சட்டங்கள்.

- திருமண / விவாகரத்துச் சட்டங்கள்.

- எல்லோருக்கும், சிறுபான்மையினருக்குக்கூட மத உரிமைகள்: அப்போது உலகெங்கும் ஒடுக்கப்பட்ட யூதர்கள் கூட, நெப்போலியன் ஆட்சியில் அடிப்படை உரிமைகளோடு வாழ முடிந்தது.

- அரசு நிர்வாகத்தில் மத குருமார்கள் / சர்ச் தலையிடாமல் தடுப்பதற்கான சட்டங்கள்.

பெரும்பாலான சட்டங்கள், மத்தியதரக் குடும்பங்களைக் கருத்தில்கொண்டு தயாரிக்கப்பட்டிருந்தன. இவர்கள்தான் நாட்டில் பெரும்பான்மை என்பதால், அவர்களுடைய நலன் காக்கும் வகையில் சட்டங்கள் அமையவேண்டும் என விரும் பினார் நெப்போலியன்.

உண்மையில், அப்போது அறிமுகப்படுத்தப்பட்ட சில சட்டங்களில் நெப்போலியனுக்கு முழு ஒப்புதல் இல்லை. எனினும், நிபுணர்களின் கருத்துகளை ஏற்று, அவற்றைச் சட்டங்களாக்கச் சம்மதம் தெரிவித்தார்.

அடுத்தபடியாக, சமூகத்திற்கு மக்களின் பங்களிப்புகளை கௌர விக்கும் முயற்சியில் இறங்கியது நெப்போலியன் ஆட்சி. நம் ஊர் பத்மஸ்ரீ, பத்மபூஷண், பாரதரத்னாபோல, பல துறைகளில் பிரெஞ்சு சமுதாயத்திற்குக் குறிப்பிடத்தக்க சேவை ஆற்றியவர்களுக்கு, 'Le-gion d'honneur' போன்ற விருதுகள் வழங்கப்பட்டன.

நெப்போலியன் உருவாக்கிய இந்த விருதுகளை, ஆயிரக்கணக் கான பிரெஞ்சுக் குடிமக்கள் பெருமிதத்தோடு ஏற்றுக்

கொண்டார்கள். இன்றுவரை, இந்த விருதுகள் பிரான்ஸின் மிக உயர்ந்த கௌரவங்களாகக் கருதப்படுகின்றன.

பிரான்ஸின் தலைமைக் குடிமகனாக நெப்போலியன் பொறுப் பேற்றபோது, அந்நாட்டின் பொருளாதார நிலைமை மிக மோச மாக இருந்தது. அரசாங்கத்துக்கு ஏகப்பட்ட கடன், மக்களிட மிருந்து வசூலிக்கிற வரியெல்லாம், இந்தக் கடன்களுக்கு வட்டி கட்டக்கூடப் போதவில்லை.

இதனால், முடிவற்ற ஒரு சுழலில் சிக்கிக்கொண்டிருந்தது பிரெஞ்சு அரசாங்கம். வளர்ச்சித் திட்டங்கள் எவற்றையும் செயல்படுத்து வதற்குப் பணம் இல்லை, நாடு வளராவிட்டால், பொருளாதாரம் முன்னேறாது, அதிக அளவு வரி கிடைக்காது, வாங்கிய கடனைத் திருப்பிச் செலுத்தமுடியாது, காலமெல்லாம் வட்டி கட்டிக் கொண்டு கிடக்கவேண்டியதுதான்.

ஏதோ தப்பாக நடக்கிறது என்பது எல்லோருக்கும் தெரிந்திருந் தது. ஆனால், அதை எப்படிச் சரி செய்வது என்பதுதான் யாருக்கும் தெரியவில்லை.

இதற்கு நாட்டின் பொருளாதாரத்தை முன்னேற்றுவதுதவிர நெப்போலியனுக்கு வேறு வழி தென்படவில்லை.

எல்லாப் பிரச்னைகளுக்கும் அது ஒன்றுதான் தீர்வு. ஆனால், படு மோசமான நிலைமையில் பாதாளத்தில் கிடக்கிற பிரெஞ்சுப் பொருளாதாரம், 'சூ மந்திரக்காளி' என்று சொன்னால் முன்னேறி விடுமா? அதற்கு என்ன வழி?

முதல் வேலையாக, நாட்டின் கட்டமைப்புகளை மேம்படுத்து வதில் கவனம் செலுத்தத் தொடங்கினார் நெப்போலியன். அசோகர்போல, 'சாலையின் இருபுறமும் மரங்களை நட்டார்', மரங்களுக்கு நடுவில் உள்ள சாலைகளை ஒழுங்குப்படுத்தினார், பாலங்கள், கால்வாய்கள், போக்குவரத்து வசதிகள், துறை முகங்கள் போன்றவற்றுக்கான திட்டங்கள் செயல்படுத்தப் பட்டன.

இதன்மூலம், ஏராளமானவர்களுக்கு உடனடியாக வேலை கிடைத்தது. ஆனால் அதைவிட முக்கியம், நீண்டகால நோக்கில் தொழில் வளர்ச்சி, ஏற்றுமதி சாத்தியமானது. அரசாங்கத்துக்குக் கூடுதல் வருவாய் கிடைத்தது.

பழைய மன்னராட்சிபோல, கூடுதல் வரியின்மூலம் மக்களை வதைப்பது நெப்போலியன் ஆட்சியின் நோக்கம் அல்ல. அதே சமயம், செலுத்தவேண்டிய வரியை ஏய்க்கிறவர்கள் யார் யார் என்று கணக்கெடுக்கப்பட்டது. அவர்களிடம் சாம, பேத, தான, தண்ட வழிமுறைகளைப் பயன்படுத்தி, வரி திரட்டப்பட்டது.

அரசாங்கத்துக்குக் கிடைக்கவேண்டிய வரி, பைசா குறையாமல் கிடைத்துவிட்டாலே, மற்ற விஷயங்களை ஒழுங்காகச் செய்துமுடித்துவிடலாம் என்பது நெப்போலியனின் கொள்கை. இதற்கேற்ப அரசின் வருவாய் அதிகரித்த அதே வேகத்தில், மக்களின் அடிப்படைத் தேவைகளைப் பூர்த்தி செய்யமுடிந்தது. நாடுமுழுவதும் தேவையான கட்டமைப்புகளைச் செய்து கொடுத்து, தொழில் முன்னேற்றம் பார்க்கமுடிந்தது.

ஒரே வருடத்தில், பிரான்ஸின் பொருளாதார நிலைமையைத் தலைகீழாக மாற்றிவிட்டார் நெப்போலியன். கடன் தீர்ந்துவிட் டது, பண மதிப்பு கூடுதலானது, ஏழைமை குறைந்தது, எல்லோருக்கும் வேலை கிடைத்தது, ஜனங்கள் தப்புத்தண்டா வுக்குப் போகாமல், கிடைக்கிற வருமானத்தில் சந்தோஷமாக வாழ்க்கை நடத்தமுடிந்தது.

சுருக்கமாகச் சொன்னால், பிரெஞ்சுப் புரட்சியின்மூலம் மக்களுக்கு என்னவெல்லாம் கிடைக்கும் என்று நம்பப்பட் டதோ, அவை எல்லாம் கிடைக்கத் தொடங்கியிருந்தது. இத்தனை மாற்றங்களையும் கண்ணெதிரே பார்த்த பிரெஞ்சு மக்கள், நெப்போலியனைப் பாராட்டிக் கொண்டாடினார்கள். நெப்போலியனுக்கு நெகட்டிவாக இருந்தவர்கள்கூட பாசிட்டிவாகச் சிரித்தார்கள். புரட்சிக்குப்பிறகு முதன்முறை யாக, மக்களிடையே அரசாங்கத்துக்கு நல்ல மதிப்பு, மரியாதை இருந்தது.

இதே சமயத்தில் (1802), பிரான்ஸ் - இங்கிலாந்து இடையே அமைதி ஒப்பந்தம் கையெழுத்தானது. இதன்மூலம், ஐரோப்பா முழுவதும் நெப்போலியனின் புகழ் பரவத் தொடங்கியது.

பிரெஞ்சு மக்கள் மன்றம், நெப்போலியனின் ஆட்சிக் காலத்தை மேலும் பத்து ஆண்டுகள் நீட்டித்தது. அதன்பிறகு, வாழ்நாள் முழுவதும் அவர்தான் 'தலைமைக் குடிமகன்' என்று நிரந்தரப் பதவி கொடுத்துவிட்டார்கள் (1802 ஆகஸ்ட்).

இந்தச் செய்தியைக் கேள்விப்பட்ட நெப்போலியனின் விரோதி களும் மன்னராட்சி ஆதரவாளர்களும் நிமிர்ந்து உட்கார்ந்தார்கள். நெப்போலியனுக்கு எதிரான பிரசார ஆயுதங்களைக் கூர் தீட்டத் தொடங்கினார்கள்.

மக்களாட்சி என்று சொல்லிக்கொண்டுதான் நெப்போலியன் பதவிக்கு வந்தார், ஆனால் இப்போது, வாழ்நாள்முழுக்க நான் தான் பதவியில் இருப்பேன் என்று அறிவித்துக்கொண்டுவிட் டார். இவருக்கும், பழைய மன்னர்களுக்கும் என்ன பெரிய வித்தியாசம் என்று இவர்கள் கேள்வி கேட்கத் தொடங்கினார்கள்.

ஆனால் அப்போதைய பிரான்ஸில், நெப்போலியனுக்கு இருந்த புகழ், நம்முடைய கற்பனைக்கு அப்பாற்பட்டது. அவரைப்பற்றி யாரேனும் தப்பாகப் பேசுகிறார்கள் என்று தெரிந்தால், பொது ஜனமே அவர்களை நசுக்கிப் பிழிந்து தூர வீசிவிடும்.

இதனால், எதிர்ப்பாளர்களின் குரல்கள் எடுபடவில்லை. மக்களி டையே அவர்களால் தங்களுடைய நோக்கத்துக்கு ஆதரவு திரட்ட முடியவில்லை. ஆகவே, அவர்களும் பின்வாசல் வழியைப் பின்பற்றத் தீர்மானித்தார்கள்.

வாழ்நாள் முழுக்க நெப்போலியன்தான் தலைமைக் குடிமகன். அப்படியென்றால், வேறு வழியே இல்லை. அவருடைய வாழ்நாளை முடித்துவிடவேண்டியதுதான்!

சக்கரவர்த்தி

அவர்கள் மொத்தம் ஏழு பேர்.

ஒவ்வொருவரும், தீவிர மன்னராட்சி ஆதரவாளர்கள். ஆகவே, தீவிர நெப்போலியன் எதிர்ப்பாளர்கள்.

நெப்போலியன் ஆட்சிக்கு வரும்வரை, மீண்டும் போர்பன் வம்சத்து ஆட்சியை பிரான்ஸில் மலரச் செய்துவிடமுடியும் என்று அவர்களுக்கு ஒரு சின்ன நம்பிக்கை இருந்தது. ஆனால், சர்வ அதிகாரங் களுடன் நெப்போலியன் முதல் குடிமகனாகப் பொறுப்பேற்றுக்கொண்டபிறகு, ஊசி முனையளவு புரட்சிக்குக்கூட பிரான்ஸில் வாய்ப்பில்லாமல் போய்விட்டது.

ஆகவே, அவர்கள் நெப்போலியனைத் தீர்த்துக் கட்ட திட்டமிட்டார்கள்.

எந்நேரமும் பாதுகாவலர்களோடு சுற்றுகிற நெப் போலியனை, நேரில் சந்தித்துக் கத்தியால்

11

குத்துவதோ, துப்பாக்கியால் சுடுவதோ சாத்தியமில்லை. ஒரு வேளை, அப்படி அசட்டுத்தனமாக ஏதேனும் செய்து மாட்டிக் கொண்டுவிட்டால், உடனடி மோட்சம்தான்.

ஆகவே, நெப்போலியன் போகிற பாதையில் வெடி மருந்து வைத்து அவரைக் கொன்றுவிடலாம் என்று இவர்கள் முடி வெடுத்தார்கள். எங்கே, எப்போது, எப்படி என்று தீவிர ஆலோசனைகள் நடந்தன.

நெப்போலியன் கலைகளின் காதலர். ராணுவமும் அரசியலும் நிர்வாகமும் தந்த மன அழுத்தத்தை, நாடகம், இசை நிகழ்ச்சி களைப் பார்த்து லேசாக்கிக்கொள்வது அவருடைய வழக்கம். கலை அரங்குகளில் அவரை அடிக்கடி பார்க்கலாம்.

மன அமைதிக்காக நாடகம் பார்க்கப் போகிற ஒருவர், அந்த நேரத் தில் தன்மீது கொலை முயற்சி நடக்கும் என்று நிச்சயமாக எதிர் பார்க்கமாட்டார். ஆகவே, அந்தச் சந்தர்ப்பத்தைப் பயன் படுத்திக்கொண்டு தாக்குவது என்று அவர்கள் முடிவெடுத் தார்கள்.

நெப்போலியன் மாளிகை எங்கே இருக்கிறது? அவர் அடிக்கடி எந்த அரங்கத்துக்குப் போகிறார்? எந்த வழியாகப் போகிறார்? எந்த நேரத்தில் போகிறார்? அந்த நேரத்தில் அவரோடு யாரெல்லாம் இருப்பார்கள்? வீட்டிலிருந்து அரங்கத்துக்குச் செல்ல எவ்வளவு நேரமாகும்? அந்தப் பாதையில் பாதுகாப்பு குறைவான, யாருக்கும் சந்தேகம் வராத வழி எது?

திகுதிகுவெனத் திட்டம் தீட்டி, அதற்கான நாளைக் குறித்தார்கள்.

அந்தச் சுபதினத்தில், வெடி மருந்து நிரம்பிய ஒரு வண்டி, நெப்போலியன் செல்லும் வழியில் நிறுத்தி வைக்கப்பட்டது. நெப்போலியன் எப்போது அந்தப் பக்கம் வருகிறார் என்று சைகை காட்டுவதற்கு ஒருவர், வெடி மருந்தைப் பற்றவைத்து விட்டு ஓடுவதற்கு இன்னொருத்தர் என்று பிரித்துக்கொண்டு தயாராகக் காத்திருந்தார்கள்.

அவர்களுடைய நல்ல நேரம், நெப்போலியன் அன்று மிகவும் களைப்பாக இருந்தார். ஆகவே, வழக்கமான எச்சரிக்கை உணர்வு கூட அவரிடம் இல்லை. வண்டியில் ஏறி உட்கார்ந்ததும் நன்றாகத் தூங்கிவிட்டார்.

ஆனால், சதிக் கும்பலில், நெப்போலியனின் வருகையைக் கவனித்து அறிவிக்கவேண்டியவர், சில நிமிடம் பிசகிவிட்டார். இதனால், சரியான நேரத்தில் வெடி மருந்தை பற்றவைக்க முடியாமல் போனது.

விளைவு, நெப்போலியனின் வண்டி அந்த இடத்தைக் கடந்து சென்றபிறகுதான், குண்டு வெடித்தது. அங்கே இருந்த அப்பாவி மக்கள் பலர் இறந்துபோனார்கள், பெரிய அளவில் காயம் அடைந்தார்கள். நெப்போலியனுக்கு உடம்பில் சின்னக் கீறல்கூட ஏற்படவில்லை.

ஆனால், மனத்தளவில் அவர் வெகுவாக அதிர்ந்துபோயிருந்தார். உள்நாட்டில் தனக்கு எதிர்ப்பு உண்டு என்பது அவருக்கு நன்றாகத் தெரியும். ஆனால், மரணத்துக்கு இத்தனை பக்கத்தில் தன்னை அழைத்துச் செல்லக்கூடிய அளவு புத்திசாலிகள் இருக்கிறார்கள், கச்சிதமாகத் திட்டம் தீட்டி, அத்தனை பாதுகாப்பு ஏற்பாடு களையும் மீறி, குண்டு வெடிக்கக்கூடியவர்கள் இருக்கிறார்கள் என்பதைப் புரிந்துகொண்டபோது, அவருடைய பதற்றம் அதிகரித்தது.

1800-ம் ஆண்டு இறுதியில் நடைபெற்ற மேற்படி கொலை முயற்சியைத் தொடர்ந்து, அதனோடு சம்பந்தப்பட்ட எல் லோரையும் தேடிப் பிடித்துத் தண்டிக்க உத்தரவிட்டார் நெப்போலியன். ஒருவர் என்றால், ஒருவர்கூட தப்பிவிடக் கூடாது, நெப்போலியனைக் கொல்ல முயல்கிறவர்களுக்கு என்ன பரிசு கிடைக்கும் என்பது எல்லோருக்கும் தெரிய வேண்டும். இனிமேல் ஒரு பயல் என்னைக் கனவில்கூட எதிர்க்க நினைக்கக்கூடாது.

இதன்படி, நெப்போலியனைக் கொல்ல நினைத்தவர்கள், கொல்லக்கூடியவர்கள், கொல்வதற்கான தூரத்து சாத்தியம் உள்ளவர்கள் என்று எல்லோரையும் பிரெஞ்சுக் காவல்துறை கைது செய்தது. மன்னராட்சி ஆதரவு, எதிர்ப் புரட்சி நோக்கங் களோடு இருக்கும் எல்லோரும் கடுமையாகத் தண்டிக்கப் பட்டார்கள்.

ஆனால், இத்தனைக்குப்பிறகும், நெப்போலியன் நினைத்தது போல், அவருடைய எதிரிகள் பயந்து ஒடுங்கிவிடவில்லை. சொல்லப்போனால், நெப்போலியனின் தலைமைக் குடிமகன் பதவி நிரந்தரமாக்கப்பட்டபிறகு, இந்த எதிரிகளுக்குப் புது

பலமே வந்திருந்தது. உள்நாட்டிலும், வெளிநாட்டிலுமாக ஏகப்பட்டவர்கள் நெப்போலியன் உயிருக்குக் குறி வைத்துத் திட்டம் தீட்டிக்கொண்டிருந்தார்கள்.

அடுத்தடுத்து, ஏகப்பட்ட கொலை முயற்சிகள். எந்தப் பக்கம் திரும்பினாலும், யாரேனும் நெப்போலியனைக் கொல்லப் போகிறோம் என்று முறைத்துக்கொண்டு நின்றார்கள். இந்தக் கொலை முயற்சிகளில் பெரும்பாலானவை பிரெஞ்சுக் காவலர்களால் முன்கூட்டியே கண்டறியப்பட்டு, முறியடிக்கப்பட்டுவிட்டது வேறு விஷயம்.

ஆனால், தன்னைக் கொல்வதற்கு இத்தனை பேர் ஆவேசத்தோடு முயற்சி செய்கிறார்கள், அவர்களுடைய முயற்சிகளை எத்தனை தூரம் முடக்கினாலும், திரும்பத் திரும்ப எழுந்து வந்து கொல்லப் பார்க்கிறார்கள் என்பது நெப்போலியனுக்குப் பெரிய கவலையாகவே இருந்தது.

நெப்போலியன்மீது தொடர்ச்சியாக இத்தனை கொலை முயற்சிகள் நடக்க முக்கியமான காரணம், அப்போது பிரான்ஸில் நெப்போலியனைத்தவிர, பெயர் சொல்லுமாறு எந்தத் தலைவரும் உருவாகியிருக்கவில்லை. நெப்போலியனுடன் ஆட்சிக் குழுவில் இடம்பெற்றிருந்த மற்ற இரண்டு தலைவர்களும்கூட, சும்மா பெயரளவில்தான் ஆட்சியில் இருந்தார்களேதவிர, அவர்களுக்கு எந்தவிதமான முக்கியத்துவமும் வழங்கப்பட்டிருக்கவில்லை.

இதனால், நெப்போலியனைக் கொன்றுவிட்டால், பிரான்ஸ் ஆட்சி தகர்ந்துவிடும் என்று அவருடைய எதிரிகள் கணக்குப் போட்டார்கள். இவர்களுடைய கொலை முயற்சிகளுக்கு, சில அக்கம்பக்கத்து நாடுகளின் ஆதரவும் இருந்தது.

இந்தச் சதித் திட்டங்களை எப்படிச் சமாளிப்பது என்று நெப்போலியன் யோசனையில் ஆழ்ந்திருந்த நேரம். இங்கிலாந்து, பிரான்ஸ்மீது போர் அறிவித்தது (1803). ஆமியன்ஸ் சமாதான ஒப்பந்தத்தை மீறி, அவர்கள் பிரான்ஸுக்கு எதிராகக் கொடி தூக்கினார்கள்.

ஐரோப்பாவின் பலம் வாய்ந்த இரு நாடுகளான இங்கிலாந்தும் பிரான்ஸும் தங்களுக்குள் சண்டை போட்டுக்கொண்டால், மற்றவர்கள் அதைப் பார்த்துக்கொண்டு, சும்மா உட்கார்ந்திருக்க

முடியாது. அவர்களும் ஏதேனும் ஒரு பக்கம் சாய்ந்தே ஆகவேண் டும். இப்படி ஆளாளுக்குச் சண்டையில் இறங்கிவிட்டால், அந்தப் பிரதேசத்தின் அமைதி கெட்டுப்போகும்.

இதனால், தயவுசெய்து நீங்கள் மீண்டும் சமாதானமாகப் போய்விடுங்கள் என்று இங்கிலாந்துக்கும் பிரான்ஸுக்கும் இடையே சமரசம் செய்துவைக்கச் சிலர் முயன்றார்கள். இருதரப் பினரின் குறைகளைக் கேட்டு, அதற்கேற்ற மாற்று நடவடிக்கை கள் சிபாரிசு செய்யப்பட்டன.

ஆனால், இங்கிலாந்து முன்வைக்கும் யோசனைகள் பிரான் ஸுக்குப் பிடிக்கவில்லை. பிரான்ஸ் சொல்வது இங்கிலாந் துக்குப் பிடிக்கவில்லை. இருவருக்கும் பொதுவாக ஏதேனும் சொன்னால், அது எதிராளிக்குச் சாதகமாக இருக்கிறது என்று சொல்லி, இருவருமே மறுத்தார்கள்.

இதனால், கொஞ்சம் கொஞ்சமாக இங்கிலாந்து, பிரான்ஸ் உறவு முறிந்தது. பிரான்ஸுக்கு எதிரான தனது ராணுவ நடவடிக்கை களைப் பகிரங்கமாக நிகழ்த்தத் தொடங்கியது இங்கிலாந்து.

இதற்குப் பதிலடியாக, பிரான்ஸில் இருக்கும் இங்கிலாந்துக் குடிமக்களின் பாஸ்போர்ட்களை முடக்கியது நெப்போலியன் அரசு. அவர்கள் அனைவரும் கிட்டத்தட்ட கைதிகளைப்போல் தான் நடத்தப்பட்டார்கள்.

இப்படி பிரச்னைகள் புகைந்துகொண்டே இருந்தன. ஆனால் உடனடியாகப் போர் மூண்டுவிடவில்லை. காரணம், அப்படி ஒரு போர் நிகழ்ந்தால், யார் ஜெயிப்பார்கள் என்பது குறித்து இரண்டு நாடுகளுக்குமே லேசான சந்தேகம் இருந்தது. ஆகவே, யாரும் ஆபத்தில் வலியச் சென்று இறங்க விரும்பவில்லை.

ஆனால், இரண்டு ஆண்டுகளுக்குமுன், நெப்போலியன் பாடு பட்டுச் சேர்த்த ஐரோப்பிய அமைதி, இப்போது நடுத்தெருவில் நின்றுகொண்டிருந்தது. அநேகமாக எல்லா நாடுகளும், நெப்போலியனுக்கு எதிராக ஆயுதம் திரட்டத் தொடங்கியிருந் தார்கள். சிலர் பகிரங்கமாக, சிலர் ரகசியமாக.

எனக்கு மட்டும் ஏன் இப்படி நடக்கிறது? என்னுடைய ஆட்சியை மட்டும் சுற்றியிருக்கிறவர்கள் எப்போதும் ஏற்றுக்கொள்ள மறுக் கிறார்களே, ஏன்? என்னதான் மெனக்கெட்டாலும், அமைதியை நாலு நாள்கூட கட்டிக்காக்க முடிவதில்லையே, ஏன்?

- இந்தக் கேள்விகளை, நெப்போலியனே தனக்குள் பலவித மாகக் கேட்டுக்கொண்டிருந்தார். நீண்ட யோசனைக்குப்பிறகு, மற்ற ஐரோப்பிய நாடுகளை அவர்களுடைய வழியில் சென்று தான் அடக்கவேண்டும் என்று முடிவெடுத்தார் அவர்.

இங்கிலாந்தும் மற்றவர்களும் என்னை ஏன் எதிர்க்கிறார்கள்? நான் பிரான்ஸின் ராஜா இல்லை. என்னுடைய இடத்தில் ஒரு பதினான்காவது லூயியோ, பதினைந்தாம் லூயியோ உட்கார்ந் திருந்தால், அப்போது இப்படி வாலாட்டுவார்களா? மாட்டார் கள்.

'சரி, போகிறது. உங்களுக்குக் கிரீடம் சூடிய அரசர்தானே வேண் டும்? நானே கிரீடம் சூடிக்கொண்டுவிடுகிறேன்' என்று முடி வெடுத்தார் நெப்போலியன். அரசராக இல்லை, பேரரசராக, சக்கரவர்த்தியாக!

சரித்திரத்தின் மிக விநோதமான நகைமுரண் அது. மன்னராட்சி வேண்டாம் என்று வருடக்கணக்காகப் போராடி ஜெயித்து, அதே காரணத்துக்காக ஏகப்பட்ட நாடுகளைப் பகைத்துக்கொண்டு ஆட்சி நடத்திய நெப்போலியன், கடைசியில் பிரெஞ்சுச் சாம்ராஜ்ஜியத்தின் பேரரசராக முடிசூட முடிவெடுத்தார்.

பிரான்ஸ் என்றால் அது ஒரு தேசத்தை மட்டும்தான் குறிக்கிறது. பிரெஞ்சுப் பேரரசு என்று சொல்லிக்கொண்டால், ஐரோப்பாவில் நெப்போலியன் ஆதிக்கம் செலுத்திய சகல பகுதிகளுக்கும் அவர்தான் மஹாராஜா என்று அர்த்தம்.

நெப்போலியனுக்குத் திடுதிப்பென்று இப்படி மஹாராஜாவாகிற ஆசை வந்ததற்குப் பல்வேறு காரணங்கள் சொல்லப்படுகின்றன. அவற்றுள் ஊகங்கள், வதந்திகள், இன்னபிற கச்சடாக்களை யெல்லாம் ஒதுக்கிவிட்டுப் பார்த்தால், ஒரு சில விஷயங்களை நிச்சயமாகக் குறிப்பிடமுடிகிறது.

முதலாவதாக, என்னதான் நெப்போலியன் 'வாழ்நாள் முழுக்க' தலைமைக் குடிமகனாக இருந்தாலும், அது ஓர் அரசாங்கப் பொறுப்புமட்டுமே. அவருக்குப்பிறகு, வேறொருவர் கைக்குப் போய்விடும்.

நெப்போலியனைக் கொன்றுவிட்டால், பிரான்ஸ் அநாதையாகி விடும் என்பது எதிரிகளின் கணக்கு. அதை முறியடிப்பதற்கு ஒரே

வழி, தனக்குப்பிறகு ஆட்சி செய்யக்கூடிய ஒரு வம்சத்தை உருவாக்குவதுதான்.

ஆனால் அதற்கு, வெறும் அரசாங்கப் பதவியெல்லாம் போதாது. நெப்போலியனுக்குப்பிறகு அவருடைய வாரிசுகளுக்குப் பென்ஷன் கொடுப்பார்களேதவிர, வம்சாவளி பதவியெல்லாம் சாத்தியமே இல்லை.

ஆகவே, தனக்குப்பிறகு தன்னுடைய வம்சம் ஆட்சியில் தொடர வேண்டும். அதற்காக, பிரெஞ்சுப் பேரரசின் சக்கரவர்த்தியாகப் பட்டம் சூட்டிக்கொள்வது என்று தீர்மானித்தார் நெப்போலியன்.

பிரெஞ்சுப் பேரரசராகப் பட்டம் சூட்டிக்கொள்ள நாள் குறித்தார்.

இதில் இன்னொரு வேடிக்கை. நெப்போலியனின் வம்சம் என்று சொல்லிக்கொள்வதற்கு, அப்போது அவருக்கு (அதிகாரபூர்வ மாக) ஒரு மகனோ, மகளோகூட இல்லை.

அதனால் என்ன? இப்போது குழந்தை இல்லாவிட்டால் என்ன, இனி பிறக்கும். வரப்போகிற இளவரசரைப்பற்றிக் கவலைப் பட்டுக்கொண்டிருக்காமல், இந்தப் பேரரசரைக் கவனியுங்கள் என்றார் நெப்போலியன்.

இதன்மூலம், மற்ற ஐரோப்பிய ராஜாக்களுக்கு இணையாகத் தன் னுடைய மதிப்பும் உயர்ந்துவிடும், பிரான்ஸுக்கும் பிற நாடு களுக்கும் இடையிலான ராஜ்ஜிய உறவுகள் மேம்படும் என்றெல் லாம் அப்பாவித்தனமாக நம்பினார்.

மக்களாட்சிக் கொள்கைகளை, மன்னராக இருந்தும் தன்னால் நிறைவேற்றமுடியும் என்று உறுதியாக நம்பினார் அவர்.

என்னதான் முழ நீளத்துக்கு வாதங்கள், விளக்கங்களை அடுக்கினாலும்கூட, நெப்போலியன் பிரெஞ்சுச் சக்கரவர்த்தி யாகத் தன்னை அறிவித்துக்கொண்டதை நியாயப்படுத்துவது அத்தனைச் சுலபமில்லை.

1804-ம் ஆண்டு இறுதியில், நெப்போலியனின் முடிசூட்டு விழா வுக்கான ஏற்பாடுகள் பிரும்மாண்டமான முறையில் தொடங்கின. அரசியலில் மத குருமார்களின் தலையீடு இருக்கக்கூடாது என்று வலியுறுத்திய அதே நெப்போலியன், தன்னுடைய முடிசூட்டு விழாவுக்கு அப்போதைய போப் ஆண்டவர் பியஸை (Pius VII) அழைத்திருந்தார். அவரும் கலந்துகொண்டார்.

முடிசூட்டு விழாவுக்குச் சற்று முன்னதாக, இன்னொரு சுவாரஸ்யமான நாடகம் நடைபெற்றது. என்னதான் பிரெஞ்சு அரசாங்கம் கத்தோலிக்கக் குருமார்களின் அதிகாரங்களைப் பிடுங்கிக்கொண்டிருந்தாலும், அதன் தலைவரான நெப்போலியனுக்கு முடிசூட்டுவதில் போப் ஆண்டவருக்கு ஆட்சேபணை இல்லை. சக்கரவர்த்தினி விஷயத்தில்தான் அவருக்குக் கொஞ்சம் தயக்கம்.

நெப்போலியன் சக்கரவர்த்தியானால், அவருடைய மனைவி ஜோசஃபின்தானே சக்கரவர்த்தினி?

பிரச்னை என்னவென்றால், நெப்போலியனின் திருமணம் தேவாலயத்தில் முறைப்படி நடைபெறவில்லை. ஆகவே, போப் ஆண்டவரைப் பொறுத்தவரை, நெப்போலியனுக்கும் ஜோசஃபினுக்கும் இன்னும் திருமணமே நடக்கவில்லை என்றே அர்த்தம்.

ஆகவே, அவர்கள் இருவரும் புதிதாகத் திருமணம் செய்துகொண்டால்தான், ஜோசஃபினுக்குத் தன்னால் முடிசூட்டமுடியும் என்று தெரிவித்துவிட்டார் போப்.

சரி, அப்போது ஜோசஃபின் நெப்போலியனின் மனைவியாக, அவருடன்தான் வாழ்ந்து கொண்டிருந்தாரா? சின்ன ப்ளாஷ்பேக்.

எகிப்திலிருந்து நெப்போலியன் திரும்பி வந்தபோது, அவருடைய வீட்டில் ஜோசஃபினைக் காணவில்லை. எங்கோ தூர தேசம் போன கணவன், இப்போதைக்குத் திரும்பி வரப்போவதில்லை என்கிற தைரியத்தில், யாருடனோ சுற்றப் போய்விட்டார்.

கோபத்தின் உச்சியில், இனிமேல் தன் மனைவியை இந்த வீட்டினுள் அனுமதிக்கப்போவதில்லை என்று முடிவு கட்டிவிட்டார் நெப்போலியன். ஜோசஃபினின் பொருள்கள் எல்லாவற்றையும் மூட்டைக் கட்டி, வீட்டுக்கு வெளியே வைத்துவிட்டார்.

அதே நேரம், நெப்போலியன் நாடு திரும்பிவிட்டார் என்று கேள்விப்பட்டு, பதறிப்போய் ஓடி வந்தார் ஜோசஃபின். அங்கே, மூடிய கதவுதான் அவரை வரவேற்றது. அவர் எவ்வளவு கெஞ்சியபோதும், நெப்போலியன் மனம் இரங்குவதாக இல்லை.

அதன்பிறகு, ஜோசஃபினின் பிள்ளைகள்தான் நெப்போலிய னிடம் பேசி, அவருடைய மனத்தை மாற்றினார்கள். மீண்டும் ஜோசஃபினைத் தன் மனைவியாக ஏற்றுக்கொண்டார்.

வேண்டாம் என்று தூக்கி வீசிய மன்னராட்சியையே மறுபடியும் கொண்டுவரப்போகிறோம், அதற்காக இன்னொரு முறை கல்யாணம் செய்துகொள்வதா சிரமம்? 'நடக்கட்டும்' என்று இப்போது உத்தரவு கொடுத்தார் நெப்போலியன்.

இதையடுத்து, நெப்போலியன் - ஜோசஃபின் திருமண ஏற்பாடு கள் அவசரமாகத் தொடங்கப்பட்டன. ராத்திரியோடு ராத்திரி யாக, ஏதோ கள்ளத் திருமணம்போல் அவர்கள் இருவருக்கும் மறுபடி கல்யாணம் செய்துவைத்தபிறகுதான், முடி சூட்டு விழாவுக்குப் பச்சை சிக்னல் காட்டினார் போப் பெரியவர்.

1804-ம் ஆண்டு டிசம்பர் 2-ம் தேதி, நெப்போலியன் முடி சூடும் நிகழ்வுக்காக, பாரிஸ் நோட்ரு டாம் (Notre Dame de Paris) தேவாலயம் புதுப்பிக்கப்பட்டு, பிரமாதமாக அலங்கரிக்கப்பட் டிருந்தது. நகர்முழுவதும் விழாக் கொண்டாட்டங்கள் தொடங்கி யிருந்தன.

ராணுவத்தினர், அரசியல் தலைவர்கள், சட்டத்துறை, நிர்வாகத் துறைகளைச் சேர்ந்தவர்கள், கல்வியாளர்கள், முக்கியமான தொழில்துறைப் பிரமுகர்கள் என்று தனித்தனியே ஊர்வலங்கள். அனைத்தும், விழா நடைபெறும் தேவாலயத்தை நோக்கிச் சென்றன.

போப் ஆண்டவரும், நெப்போலியனின் உறவினர்களும் விசேஷ மாக அலங்கரிக்கப்பட்ட வண்டிகளில் வந்தார்கள். இந்த வரிசை யின் இறுதியில், புதிய பேரரசர் நெப்போலியனின் வாகனம் கம்பீரமாக வந்துகொண்டிருந்தது.

நெப்போலியன் பிரெஞ்சுச் சக்கரவர்த்தியாக முடி சூட்டிக் கொண்ட வண்ணமயமான நிகழ்வை அற்புதமான, நுணுக்கமான ஓவியங்களின்மூலம் பிரான்ஸ் கலைஞர்கள் எக்கச்சக்கமாகப் பதிவு செய்திருக்கிறார்கள்.

இந்த ஓவியங்களில் எவையெல்லாம் உண்மை, எவையெல்லாம் நெப்போலியனின் புகழ் பாடுவதற்காக 'மேம்படுத்த'ப்பட்டவை என்று நிச்சயமாகச் சொல்வதற்கில்லை.

தங்கமும் விலை மதிப்பற்ற கற்களும் பதித்த உடையில் நெப் போலியன், அவருக்குப் பக்கத்தில் ஜோசஃபின், ஆசீர்வதிக்கும் போப்பாண்டவர், சுற்றிலும் வாழ்த்துகிற பிரெஞ்சுப் பொதுஜனம் என்று வண்ணமயமான காட்சிகள் பரவசமூட்டுகின்றன.

நெப்போலியனையும் ஜோசஃபினையும் போப் ஆண்டவர் ஆசீர்வதித்தபிறகு, முடிசூட்டும் விழா முறைப்படி தொடங் கியது. போப் ஆண்டவருக்குமுன்னால் தலைகுனிந்து வணங்கு வதை விரும்பாத நெப்போலியன், அவரிடமிருந்து கிரீடத்தைக் கிட்டத்தட்ட பறித்துக்கொண்டதாகவும், தானே தனக்கு முடிசூட்டிக்கொண்டதாகவும் குறிப்புகள் இருக்கின்றன.

'முதலாம் நெப்போலியன்' (Napoleon I) என்ற புதுப் பெயருடன் சக்கரவர்த்தியாக முடிசூடிக்கொண்ட நெப்போலியன், 'பிரெஞ்சு மக்களின் சந்தோஷத்துக்காகப் பொறுப்பேற்பேன், அதற்காகப் பாடுபடுவேன்' என்று உறுதியளித்தார். மக்கள் பெரும் ஆரவாரத்தோடு அவரை வாழ்த்தினார்கள்.

ஆனால், அத்தனை கூட்டத்துக்கு நடுவே, முக்கியமான ஒருவர் மட்டும் விடுபட்டிருந்தார் - நெப்போலியனின் தாய் லெடீஸியா!

தன் மகனைச் சக்கரவர்த்தி எனக் கேட்டு, ஈன்றபொழுதிற் பெரிதுவக்கவேண்டிய அவர், வேண்டுமென்றே இந்த முடி சூட்டு விழாவிற்கு வரவில்லை. கலந்துகொள்ள விருப்பமில்லை என்று தெரிவித்துவிட்டார்.

ஏன்? நெப்போலியன்மீது அவருக்கு என்ன திடீர்க் கோபம்?

சர்வாதிகாரி

நெப்போலியனைப்போல, அவருடைய குடும்பத்
தாரால் ஜோசஃபினை ஏற்றுக்கொள்ளமுடிய
வில்லை. ஆரம்பத்திலிருந்தே, தங்களுடைய
சகோதரனின் தகுதி, திறமை, கௌரவத்துக்குக்
கொஞ்சமும் பொருத்தமில்லாத ஒரு பெண்
அவருக்கு மனைவியாக வந்து சேர்ந்திருக்கிறாள்
என்றுதான் அவர்கள் அங்கலாய்த்துக்கொண்டிருந்
தார்கள்.

நெப்போலியன் ஊரில் இல்லாத நேரத்தில்
ஜோசஃபினின் நடத்தை, அவர்களுடைய வெறும்
வாய்க்கு அவல் கொடுத்தாற்போலாகிவிட்டது.
இவரை நெப்போலியன் மீண்டும் ஏற்றுக்கொண்டு
இருக்கக்கூடாது என்று அவர்களுக்கு ஆதங்கம்.

என்னதான் தேசத்துக்கே தலைவராக இருந்தாலும்,
வீட்டில் மாமியார், மருமகள் சண்டையைத் தவிர்க்க
யாரால் முடியும்? கடைசிவரை, நெப்போலியனால்
தன்னுடைய தாய், சகோதர, சகோதரிகளையும்

12

ஜோசஃபினையும் ஒத்துவாழச் செய்யமுடியவில்லை. இந்தக் கோபத்தின் உச்சமாகத்தான், நெப்போலியனின் முடி சூட்டு விழாவுக்கே வர மறுத்துவிட்டார் லெடீஸியா.

ஜோசஃபின் விஷயத்தில் நெப்போலியனின் ஒரே வருத்தம், அவரால் தனக்கு ஓர் ஆண் குழந்தையைப் பெற்றுத்தர முடியவில்லை என்பதுதான். மெனக்கெட்டு சக்கரவர்த்தியாகப் பட்டம் சூட்டிக்கொண்டபிறகு, அதற்கு ஒரு வாரிசு இல்லா விட்டால் எப்படி?

தன்னுடைய பரம்பரை தொடர்ந்து பிரான்ஸை ஆளமுடியாமல் போய்விடுமோ என்கிற கவலையும் ஏக்கமும் நெப்போலி யனைத் தொடர்ந்து உறுத்திக்கொண்டிருந்தது. சக்கரவர்த்தியான அடுத்த சில வருடங்களில் அவர் பெற்ற குறிப்பிடத்தக்க ராணுவ வெற்றிகளுக்கு நடுவே, இந்த ஒரு விஷயம்தான் அவருக்கு மிகப் பெரிய குறையாகத் தெரிந்தது.

நெப்போலியன் நினைத்திருந்தால், ஜோசஃபினின் முந்தைய திருமணத்தின்மூலம் பிறந்த மகனைத் தன்னுடைய வாரிசாக அறிவித்திருக்கலாம். அல்லது, தன்னுடைய சகோதரர்களில் ஒருவரது மகனைத் தேர்ந்தெடுத்திருக்கலாம்.

அதெல்லாம் முடியாது, தன்னுடைய ரத்தம்தான் தன்னுடைய வாரிசின் உடம்பிலும் ஓடவேண்டும் என்று நெப்போலியன் விரும்பினால், அதற்கும் ஒரு வழி இருந்தது. ஜோசஃபின் தவிர, நெப்போலியனின் வாழ்க்கையில் சிநேகிதிகள், ரகசியக் காதலிகள் என்று நிறையப் பேர் இருந்தார்கள். அவருடைய அதிகாரபூர்வமற்ற அந்தப்புரம் பெரியது. அவர்களில் யார் மூலமாகவேனும் ஒரு குழந்தையைப் பெற்றுக்கொண்டிருக் கலாம்.

ஆனால், தனக்கும் தன்னுடைய மனைவியாகிய சக்கரவர்த்தினிக் கும் பிறந்த குழந்தைதான் தன்னுடைய வாரிசாகவேண்டும் என்று பிடிவாதமாக இருந்தார் அவர்.

இப்போதைய சக்கரவர்த்தினி ஜோசஃபினால் அது முடிய வில்லை. அப்படியானால், வேறு என்னதான் வழி?

முதன்முறையாக வேறொரு திருமணம் செய்துகொள்வதைப் பற்றித் தீவிரமாக யோசிக்கத் தொடங்கினார் நெப்போலியன்.

1809-ம் ஆண்டு டிசம்பர் 15-ம் தேதி, ஜோசஃபினிடமிருந்து முறைப்படி விவாகரத்துப் பெற்றார். இந்த நடவடிக்கையில் அவருக்கு முழு மன ஒப்புதல் இல்லை என்பது தெளிவாகத் தெரிந்தது. எனினும், தனக்கு ஓர் அதிகாரபூர்வமான வாரிசு வேண்டும் என்பதில், நெப்போலியன் மிகத் தீவிரமாக இருந்தார்.

விவாகரத்துக்குப்பிறகும், நெப்போலியன் ஜோசஃபினுக்குத் தொடர்ந்து கடிதங்கள் எழுதிக்கொண்டிருந்தார். இந்தக் கடிதங் களின்மூலம், பிரான்ஸின் நலன் கருதித்தான் இந்த முடிவை எடுக்கவேண்டியிருந்ததாகவும், அதைப் புரிந்துகொண்டு அவர் நடந்துகொள்ளவேண்டும் எனவும் தன்னை வெறுக்கக் கூடாது என்றும் தொடர்ந்து வலியுறுத்த முயன்றார்.

இந்தக் கடிதங்களைத் தவிர்த்துவிட்டுப் பார்த்தால், நெப்போலி யனின் வாழ்க்கையில் ஜோசஃபினின் அத்தியாயம் கிட்டத்தட்ட முடிவடைந்துவிட்டது.*

சரி. இப்போது நெப்போலியனின் இரண்டாவது கல்யாணத் துக்கு வருவோம்.

பிரெஞ்சுச் சாம்ராஜ்ஜியத்தின் அடுத்த வாரிசுக்காகத்தான் இந்த இன்னொரு திருமணம் என்றாகிவிட்டபிறகு, அதைத் தனிப் பட்ட விஷயமாக வைத்திருப்பதில் அர்த்தமில்லை. நெப் போலியனின் ஆட்சி மன்றத்தைச் சேர்ந்தவர்கள், அவர் யாரைத் திருமணம் செய்துகொண்டால் நல்லது என்று கூடி விவாதித்தார்கள்.

அரசியல் ரீதியிலான திருமணங்களின்மூலம், இரு நாடுகளுக் கிடையே நட்பு, நல்லுறவு ஏற்படுவது சாத்தியம். அந்தவிதத் தில், இங்கிலாந்து, ரஷ்யா அல்லது ஆஸ்திரியாவைச் சேர்ந்த ஓர் இளவரசியை நெப்போலியன் மணக்கலாம் என்று இவர்கள் கருத்துத் தெரிவித்தனர்.

_____

* நெப்போலியனால் கடைசிவரை ஜோசஃபினின் நினைவுகளை மறக்கமுடிய வில்லை. அவருடைய மரணச் செய்தி கேள்விப்பட்டபோது, நெப்போலியன் அடுத்த பல நாள்களுக்கு யாரையும் சந்திக்க மறுத்துவிட்டார், தனிமையில் சோகத்தைக் கரைத்துக்கொண்டிருந்தார்.

இங்கிலாந்து ஜென்ம விரோதி, ரஷ்ய அரச குடும்பம், நெப் போலியனுக்குப் பெண் கொடுக்காது, ஆகவே, மிச்சமிருந்தது ஆஸ்திரியாதான்.

நெப்போலியனிடம் பலமுறை போர்க் களத்தில் உதை வாங்கிய அதே ஆஸ்திரியாதான். அதனால் என்ன? அடிக்கிற கைதானே அணைக்கும்.

ஜோசஃபினிடமிருந்து விவாகரத்துப் பெற்ற நான்கு மாதங் களுக்குப்பிறகு, 1810-ம் ஆண்டு ஏப்ரல் 2-ம் தேதி, நெப்போலி யனின் இரண்டாவது திருமணம் நடைபெற்றது. ஆஸ்திரிய இள வரசி மேரி லூயிஸை (Maria Louisa) மணந்தார் நெப்போலியன்.

நெப்போலியனின் வாரிசு விருப்பம், அடுத்த வருடமே நிறை வேறிவிட்டது. 1811, மார்ச் 20-ம் தேதி, மேரி லூயிஸ் ஓர் ஆண் குழந்தையைப் பெற்றார். தன்னுடைய வம்சத்திற்கு ஒரு தொடர்ச்சி உண்டாகிவிட்டது, பிரெஞ்சு சாம்ராஜ்யத்துக்கு அடுத்த சக்கரவர்த்தி கிடைத்துவிட்டார் என்று உற்சாகத்தில் மிதந்தார் நெப்போலியன்.

குழந்தைக்கு, பிரான்சிஸ் ஜோசஃப் சார்லஸ் நெப்போலியன் என்று பெயர் சூட்டினார்கள். ராஜ வம்சத்தைச் சேர்ந்த குழந்தை என்பதால், 'இரண்டாம் நெப்போலியன்' (Napoleon II) என்றும் கம்பீரமாக அழைத்தார்கள்.

ஆனால் நெப்போலியன் நினைத்ததுபோல், அவருடைய மகன் சக்கரவர்த்தியாகவில்லை, எந்த நாட்டையும் ஆளவில்லை. மாறாக, நெப்போலியனின் வாழ்நாளிலேயே, பிரெஞ்சுச் சாம்ராஜ்ஜியத்தின் தலைமைக் கிரீடம் கை மாறிவிட்டது.

தொடர்ச்சியாக ஏறுமுகத்தில் சென்றுகொண்டிருந்த நெப்போலி யனின் பொதுவாழ்க்கை, முதன்முறையாகச் சரிவைச் சந்திக்கத் தொடங்கியது ரஷ்யாவில்.

நெப்போலியனுக்கும் ரஷ்யாவுக்கும் என்ன சம்பந்தம்? அவர் ஏன் வேலை மெனக்கெட்டு பிரான்ஸிலிருந்து அவ்வளவு தூரத் துக்குப் படை திரட்டிக்கொண்டு போக முடிவெடுத்தார்?

இதைப் புரிந்துகொள்ளவேண்டுமானால், ரஷ்ய ஆக்கிரமிப்புக்கு முன்னர் நெப்போலியன் பெற்ற சில முக்கியமான வெற்றிகளைப் பற்றிச் சுருக்கமாகப் பார்த்துவிடுவது அவசியம்.

நெப்போலியன் பிரெஞ்சுச் சக்கரவர்த்தியாக முடி சூடிக்கொள் வதற்குமுன்பே, இங்கிலாந்து அவருடன் செய்துகொண்டிருந்த சமாதான ஒப்பந்தங்களையெல்லாம் கிழித்துக் குப்பையில் வீசிவிட்டது. ஆஸ்திரியா, பிரஷ்யா*, இன்னும் சில உதிரி நாடு களைச் சேர்த்துக்கொண்டு பிரான்ஸுக்கு எதிராகப் படை யெடுக்கும் முயற்சியில் இறங்கியிருந்தார்கள்.

பதிலுக்கு, நெப்போலியனும் அவர்கள்மீது படையெடுப்பது தான் சரியாக இருந்திருக்கும். ஆனால், இங்கிலாந்து முதலை களுக்குத் தண்ணீரில்தான் பலம். ஆகவே, அநாவசியமாக வம்பு வேண்டாம் என்று நெப்போலியன் பெரும்பாலும் கரைப்பக்க மாகவே ஒதுங்கிவிட்டார்.

1805 அக்டோபர் மாதம், நெல்சன் தலைமையிலான இங்கி லாந்துக் கடற்படை, பிரெஞ்சுக் கப்பல்களைத் தாக்கித் தோற் கடித்தது. டிரஃபால்கர் (Trafalgar) என்ற இடத்தில் நடைபெற்ற இந்தப் போரில், நெப்போலியன் நேரடியாகப் பங்கேற்கா விட்டாலும், அவமானமெல்லாம் அவருக்குத்தான்.

அதே ஆண்டு டிசம்பர் மாதத்தில், ஆஸ்திரியா மற்றும் ரஷ்யாவைச் சேர்ந்த படைகளை, ஆஸ்ட்ர்லிட்ச் (Austerlitz) என்ற இடத்தில் சந்தித்தார் நெப்போலியன். மூன்று சாம்ராஜ்ஜியங் களின் பேரரசர்கள் மோதிய இந்தப் போரை, 'சக்கரவர்த்திகளின் போர்' என்று குறிப்பிடுகிறார்கள்.

ஆஸ்ட்ர்லிட்ச் போருக்குமுன்பு, நெப்போலியன் ஒரு பிரமாத மான தந்திரம் செய்தார். தன்னுடைய படை மிகவும் பலவீனமாக இருப்பதுபோலவும், அதனால், வேறு வழியில்லாமல் தான் சமாதானத்துக்குத் தயாராகிவிட்டதுபோலவும் ஒரு பிரமையைத் திட்டமிட்டு உருவாக்கினார்.

இதை நம்பிய எதிரி நாடுகள், இதுதான் நல்ல சந்தர்ப்பம், நெப்போலியனை ஒரேயடியாக ஒழித்துக்கட்டிவிடலாம் என்று தெம்பானார்கள். அந்த மிதப்பில், நிறைய தவறு செய்தார்கள்.

---

* *பிரஷ்யா என்பது, 18ம் நூற்றாண்டில் தொடங்கி, 1918 வரை நீடித்த ஒரு ராஜ்ஜியம். அதன் பெரும்பகுதி ஜெர்மனி. தவிர, அப்போதைய Brandenburg, Saxony, Pomerania, Rhineland, Westphalia, Silesia, Lusatia, Schleswig-Holstein, Hanover, Hesse-Nassau ஆகிய பகுதிகளும் பிரஷ்யாவில் அடங்கியிருந்தன.*

அதேசமயம், நெப்போலியன் தன்னுடைய படைக்குப் பலம் சேர்த்துக்கொண்டிருந்தார். எதிராளிகள் செய்கிற சின்னச் சின்ன தவறுகளைக்கூட, தனக்குச் சாதகமாகத் திருப்பிக்கொள்ளும்படி அவருடைய திட்டங்கள் தயாராகியிருந்தன.

1805, டிசம்பர் 2-ம் தேதி, ஆஸ்ட்ர்லிட்ச் போர் முறைப்படி தொடங்கியபோது, நெப்போலியனின் விரோதிகளுக்கு மிகப் பெரிய அதிர்ச்சி காத்திருந்தது. பிரெஞ்சுப் படையின் அளவு, அவர்கள் எதிர்பார்த்ததைக்காட்டிலும் பெரிதாக, பிரம்மாண்டமாக இருந்தது. அதுமட்டுமின்றி, தங்களுடைய சாம்ராஜ்ஜியத்தின் சக்கரவர்த்தி தலைமையில் போரிடுகிறோம் என்கிற உணர்வுடன், பிரெஞ்சு வீரர்கள் முனைப்போடு போரிட்டார்கள்.

வழக்கம்போல், எதிராளியை அதிர்ச்சியாலேயே தாக்கி, முதல் வெற்றியைப் பெற்றுவிட்டார் நெப்போலியன். பிரெஞ்சுப் படைகளின் ஆவேசத் தாக்குதலைப் பொறுக்கமுடியாமல், எதிரிப் படையினர் பின்வாங்கி ஓடினார்கள்.

இதனால், தொடக்கத்திலிருந்தே பிரெஞ்சுப் படையின் கைமட்டும்தான் ஓங்கியிருந்தது. அடுத்த சில மணி நேரங்களுக்குள், ஆஸ்திரிய மற்றும் ரஷ்ய வீரர்களை முற்றிலுமாக ஒடுக்கி, மாபெரும் வெற்றியைப் பெற்றுவிட்டது பிரான்ஸ்.

இத்தனைப் பெரிய வெற்றியை, நெப்போலியனேகூட எதிர்பார்த்திருக்கவில்லை என்பதுதான் உண்மை. தன்னுடைய படைவீரர்களை நினைக்கும்போது, அவருக்குப் பெருமை தாங்கவில்லை. அவர்களுக்குப் பாராட்டுகளையும் விருதுகளையும் தாராளமாக அள்ளி வீசினார்.

ஆஸ்ட்ர்லிட்ச் வெற்றியின்மூலம், ஐரோப்பாவில் தனது ஆளுமையை பிரான்ஸ், சந்தேகத்துக்கிடமில்லாமல் நிரூபித்தது. இன்னும் சிறிது காலத்துக்காவது, எதிரிகள் தன்னிடம் வாலாட்டமாட்டார்கள் என்று நம்பினார் நெப்போலியன்.

ஆனால், அடுத்த வருடமே நெப்போலியனை எதிர்த்து இன்னொரு போர் அறிவிக்கப்பட்டது. இந்தமுறை அவருக்கு எதிராகக் கொடி தூக்கியது, பிரஷ்யா.

ஏற்கெனவே, ஆஸ்ட்ர்லிட்ச் போரில் பிரஷ்யா பங்கேற்றிருக்க வேண்டியது. ஏனோ கடைசி நேரத்தில் மனத்தை மாற்றிக்கொண்டு, உதை வாங்காமல் தப்பினார்கள்.

இந்தமுறை, நெப்போலியனை வீழ்த்தியே தீருவோம் என்று படை சேர்த்துக்கொண்டு கிளம்பி வந்தார்கள்.

அப்போதைய பிரஷ்ய அரசர் மூன்றாம் வில்லியமுக்குக் (Frederick William III) கிட்டத்தட்ட நெப்போலியனின் வயதுதான். அநாவசியமாக வம்புச் சண்டைக்குப் போகிற பேர்வழி இல்லை. ஆனால், அவரைச் சுற்றியிருந்தவர்கள் யாருக்கும், நெப்போலியனைப் பிடிக்கவில்லை.

இந்தப் பிரஷ்ய அரசரின் ஒரே குறை, மற்றவர்கள் சொல்வதைச் சுலபத்தில் நம்பிவிடுவார். இதனால், எந்த விஷயமானாலும், அவருடைய அரசி, மந்திரிமார்கள், பிற அரச குடும்பத்தினரால், சுலபத்தில் ராஜாவின் மனத்தை மாற்றிவிடமுடிந்தது.

இப்படி ஏதோ ஒரு பலவீனமான தருணத்தில்தான், நெப்போலியனுக்கு எதிராகப் படை திரட்ட முடிவெடுத்துவிட்டார் மூன்றாம் வில்லியம். இந்த முடிவுக்கு, இங்கிலாந்து உள்ளிட்ட பிற ஐரோப்பிய நாடுகளின் முழு ஆசீர்வாதம் இருந்தது.

அப்போது பிரஷ்ய ராணுவம் அத்தனை பலமானதாக இல்லை. ஆனாலும், நெப்போலியனை அழித்தாகவேண்டும் என்று அவர்களை முடுக்கிவிட்டார்கள்.

1806 அக்டோபர் மாதம், பிரஷ்யாவைப் போரில் சந்தித்தார் நெப்போலியன். சும்மா ஒரு பேச்சுக்குக்கூட இந்த இரு படைகளையும் ஒப்பிடமுடியாத அளவுக்கு, பிரெஞ்சுப் படையின் பலம் மிக அதிகமாக இருந்தது.

பிரஷ்யா செய்த மிகப் பெரிய தவறு, தன்னுடைய நேச நாடுகளான இங்கிலாந்து அல்லது ரஷ்யாவின் உதவி வரும்வரை காத்திருக்காமல் அவசரப்பட்டுப் போரில் இறங்கியதுதான். கரப்பான் பூச்சியை நசுக்கி எறிவதுபோல் அவர்களை வீழ்த்தினார் நெப்போலியன்.

மாணவப் பருவத்திலிருந்தே, நெப்போலியனை மிகவும் கவர்ந்த போர்த் தலைவர்களில் ஒருவர், இரண்டாம் ஃப்ரெடரிக் (Frederick II). இரண்டு தலைமுறைகளுக்குமுன்னர் பிரஷ்யாவை ஆட்சி செய்த இவரை, நெப்போலியன் தமது மானசீகக் குருவாகக் கருதிக்கொண்டிருந்தார்.

'மகா ஃப்ரெடரிக்' (Frederick The Great) என்று போற்றப்பட்ட இவர், போர் நுணுக்கங்களைப்பற்றி எழுதிய விஷயங்கள் எல்லாமே, நெப்போலியனுக்குத் தலைகீழ்ப் பாடம். அவர் சொல்லித்தந்த உத்திகளைப் புதுமையான விதத்தில் பயன்படுத்தி, இப்போது அதே ஃப்ரெடரிக்கின் பிரஷ்யப் படையை நெப்போலியனால் ஜெயித்துவிடமுடிந்தது.

பிரஷ்யாவின் படுதோல்வி, மொத்த ஐரோப்பாவுக்கும் பெரிய அதிர்ச்சியாக அமைந்தது. இந்த நெப்போலியனை யாராலும் எதுவுமே பண்ணமுடியாதா என்று எல்லோரும் ஒட்டுமொத்தத் திகைப்பில் ஆழ்ந்தார்கள்.

இந்தச் சந்தர்ப்பத்தில்தான், முதன்முறையாக ரஷ்யா நெப்போலியனைத் தாக்கத் தீர்மானித்தது.

பிரஷ்யா போலின்றி, ரஷ்யா மிகப் பெரிய தேசம். அப்போதைய ஜார் மன்னர் அலெக்ஸாண்டர் (Alexander I) நெப்போலியனுக்கு எதிராகப் பிரும்மாண்டமான ஒரு படையைத் திரட்டுவதற்கான ஏற்பாடுகளில் இறங்கினார்.

எல்லோரும் எதிர்பார்த்ததுபோல், ரஷ்யாவின் தாக்குதல் *(1807)*, நெப்போலியனுக்கு மிகப் பெரிய சவாலாக அமைந்தது. அவர் என்னதான் புது உத்திகளைப் பயன்படுத்திப் போரிட்டாலும், ரஷ்யப் படையின் வலிமை குறைவதாகத் தெரியவில்லை. சளைக்காமல் திருப்பித் தாக்கிக்கொண்டிருந்தார்கள்.

1807-ம் ஆண்டில்மட்டும், நெப்போலியன் பலமுறை ரஷ்யப் படைகளோடு போரிடவேண்டியிருந்தது. சின்னச் சண்டைகளில் தொடங்கி, ஐலாவ் (Eylau), ஃப்ரீட்லாண்ட் (Friedland) ஆகிய இடங்களில் நடைபெற்ற பெரிய போர்கள்வரை எல்லாவற்றிலும், ரஷ்யாவுக்கு ஈடு கொடுத்துப் போராடியது பிரெஞ்சுப் படை.

ஆனால், கடைசிவரை இந்த இரண்டு தேசங்களாலுமே முழுமையாக ஜெயிக்கமுடியவில்லை. இவர்கள் என்ன செய்தாலும், அதற்கு இணையாக அவர்கள் வேறெதாவது செய்து, ஒரு படி மேலே ஏறிக்கொண்டிருந்தார்கள். நிரந்தர வெற்றி, யாருடைய கண்ணுக்கும் தட்டுப்படாமல், இருபக்கமும் மாறி மாறி பூச்சாண்டி காட்டிக்கொண்டிருந்தது.

ஒருகட்டத்தில், இருதரப்பினருக்கும் ஏகப்பட்ட இழப்புகள் நேர்ந்துவிட்டதால், போரை நிறுத்திச் சமாதானமாகிவிடலாம் என்ற முடிவு எட்டப்பட்டது. சரித்திர முக்கியத்துவம் வாய்ந்த இந்த அமைதி ஒப்பந்தத்தில், நெப்போலியனும், ஜார் அரசர் அலெக்ஸாண்டரும் கையெழுத்திட்டார்கள்.

இதன்படி, பிரெஞ்சு மற்றும் ரஷ்ய சாம்ராஜ்ஜியங்கள் இணைந்து செயல்படத் தொடங்கிவிட்டதால், ஐரோப்பாவில் நெப்போலியனின் ஆதிக்கம் உறுதி செய்யப்பட்டுவிட்டது. பிரான்ஸ் தவிர மற்ற எல்லா நாடுகளுமே இரண்டாம்பட்சம்தான் என்கிற நிலைமை.

போர்மூலமாகவும், சமாதான ஒப்பந்தத்தின்படியும், பிரான்ஸுக்குப் பழசும் புதுசுமாக ஏகப்பட்ட புதிய பகுதிகள் சொந்தமாகியிருந்தன. இங்கெல்லாம், தன்னுடைய சகோதரர்கள், உறவினர்களை ஆட்சியாளர்களாக உட்காரவைத்தார் நெப்போலியன்.

இதையெல்லாம் பார்க்கப் பார்க்க, இங்கிலாந்துக்கும் மற்ற நாடுகளுக்கும் பற்றிக்கொண்டு வந்தது. கொஞ்சம் கொஞ்சமாக மொத்த ஐரோப்பாவும் நெப்போலியனுக்குச் சொந்தமாகிவிடுமோ என்று அவர்களுக்குக் கவலை.

இதற்கேற்ப, நெப்போலியனும் ஒரு வேலை செய்தார். தன்னுடைய ஆட்சியின்கீழ் இருக்கிற எல்லாப் பகுதிகளிலும், இங்கிலாந்து நாட்டுப் பொருள்கள் விற்பனையாகாதபடி ஒரு வர்த்தகத் தடை விதித்தார். தன்னுடைய இப்போதைய சர்வாதிகாரத்தைப் பயன்படுத்தி, அவர்களுக்கு எத்தனை தூரம் நெருக்கடி உண்டாக்கமுடியும் என்று யோசித்து, அத்தனையையும் ஆத்மசுத்தியோடு செய்யத் தொடங்கிவிட்டார்.

ஆனால், இந்த நடவடிக்கைகளெல்லாம், நெப்போலியனுக்கு எதிராகவே திரும்பியதுதான் விநோதம். இதற்குக் காரணம், இங்கிலாந்துப் பொருள்களோடு ஒப்பிடும்போது, மற்ற உள்ளூர்த் தயாரிப்புகள் தரம் குறைவானவை. ஆகவே, மோசமான பொருள்களைப் பயன்படுத்தவேண்டிய கட்டாயத்துக்குத் தள்ளப்பட்டுவிட்ட ஐரோப்பிய மக்கள், நெப்போலியன்மீது கடுப்பானார்கள்.

இதனால், இங்கிலாந்துப் பொருள்கள் திருட்டுத்தனமாகப் பிற ஐரோப்பிய நாடுகளுக்குக் கடத்திவரப்பட்டன. முன்பு நல்ல சந்தையில் எவ்வளவு விற்றார்களோ, அதைப்போலப் பல மடங்கு கள்ளச் சந்தையில் கிடைத்தது.

ஆக, இந்தமுறையும் இங்கிலாந்தின் முதுகெலும்பை முறிக்கிற நெப்போலியனின் திட்டம் படுதோல்வி அடைந்துவிட்டது. அவர் விதிக்கும் கன்னாபின்னாக் கட்டுப்பாடுகளையெல்லாம் ஏற்கமுடியாது என்று பல நாடுகள் சிலிர்த்துக்கொண்டு எழுந்தன.

இந்த விவகாரம் காரணமாக, 1808-ம் ஆண்டு ஸ்பெயின்மீது போர் அறிவித்தார் நெப்போலியன். அங்கேயும் அவருக்கு வெற்றி கிடைத்தது உண்மைதான். ஆனால், பல ஆண்டுகளுக்குத் தொடர்ந்த இந்தப் போர் காரணமாக, பிரான்ஸுக்கு ஏகப்பட்ட இழப்புகள்.

அடுத்த வருடம் (1809) ஆஸ்திரியா பிரான்ஸுக்கு எதிராகப் போரில் குதித்தது. இந்தமுறை அவர்கள் கிட்டத்தட்ட நெப்போலியனின் படைக்குச் சமமான பலத்துடன் கிளம்பி வந்திருந்தார்கள். இதனால், நெப்போலியன் மிகக் கடுமையாகப் போராடித்தான் ஜெயிக்கமுடிந்தது.

இந்தக் காலகட்டம்முழுவதும், நெப்போலியன் தொடர்ச்சியாக ஜெயித்துக்கொண்டுதான் இருந்தார். எதிரிகள் விதவிதமாக எத்தனை கூட்டணிகள் அமைத்தாலும், எத்தனை பெரிய படை திரட்டினாலும், யாராலும் அவரைத் தோற்கடிக்கமுடியவில்லை.

ஆனால், எதற்கும் ஓர் எல்லை இருக்கிறதில்லையா? பிரெஞ்சுப் புரட்சி தொடங்கிய பொழுதிலிருந்து, பிரான்ஸ் தொடர்ந்து போர்களில் ஈடுபட்டுக்கொண்டிருந்தது. நிம்மதியாக நாலு மாதம் உட்கார்ந்து ஓய்வெடுக்கக்கூட முடியாமல் இது என்ன பிழைப்பு என்று ராணுவ வீரர்களும் ஜனங்களும் சலிப்பில்தான் இருந்தார்கள்.

1811-ம் ஆண்டு தொடங்கி, பிரான்ஸின் புதுச் சிநேகிதனான ரஷ்யாவுக்குக் கொம்பு முளைத்துவிட்டது. நாங்கள்தான் இந்தக் கூட்டணியில் பெரிய ஆள்களாக்கும் என்று முரண்டு பிடிக்கத் தொடங்கினார்கள்.

இதனால், நெப்போலியன் இங்கிலாந்துமீது விதித்த சில வர்த்தகக் கட்டுப்பாடுகளை, ரஷ்யா அமல்படுத்தாமல் அலட்சியப் படுத்தியது. இந்த விஷயத்தைக் கேள்விப்பட்ட நெப்போலியனுக்குப் பயங்கரக் கோபம்.

'அந்த ஆள் என்ன உங்கள்மீது கோபப்படுவது?' என்று ஜார் மன்னரின் ஆதரவாளர்கள் அவரை உசுப்பிவிட்டார்கள், 'நம் படையோடு ஒப்பிட்டால், பிரான்ஸ் வெறும் தூசு, கொஞ்சம் மெனக்கெட்டால், நாம் அவர்களை ஆக்கிரமித்துவிடலாம்' என்று அவர்கள் தொடர்ந்து ஆசை காட்டிக்கொண்டு இருந்தார்கள்.

என்னதான் மிகப் பெரிய சாம்ராஜ்ஜியத்தின் மஹாராஜாவாக இருந்தாலும், இன்னும் கொஞ்சூண்டு நாடு பிடிக்கிற விருப்பம் உள்ளுக்குள் இருக்கும்தானே? பிரான்ஸுடன் நட்பாகச் செயல்படுவதைவிட, அவர்களை விழுங்கிவிடுவது தான் ரஷ்யாவின் எதிர்காலத்துக்கு நல்லது என்று முடிவெடுத்தார் ஜார் மன்னர்.

பிரான்ஸ் கட்டுப்பாட்டில் உள்ள பகுதிகளை ஆக்கிரமிப்பதற்காக, ரஷ்யப் படைகள் தயாராகின. எல்லைகளில் ஏகப்பட்ட வீரர்களையும் ஆயுதங்களையும் கொண்டு குவிக்கத் தொடங்கினார்கள்.

இந்த விஷயத்தைக் கேள்விப்பட்டு, உறுதி செய்துகொண்ட நெப்போலியன், கோபத்தின் உச்சத்தில் கொதித்தார். 'அவர்கள் என்ன நம்மை ஆக்கிரமிப்பது? நாமே அவர்கள்மீது படையெடுக்கலாம்' என்று உணர்ச்சிவயப்பட்டுக் கிளம்பினார்.

நெப்போலியன், தானாக ஒரு தேசத்தை ஆக்கிரமிக்கவேண்டும் என்கிற நோக்கத்துடன் போர் அறிவித்தது, கிட்டத்தட்ட அதுதான் முதல் முறை. தான் கையெழுத்திட்ட சமாதான ஒப்பந்தத்தை அவராகவே மீறியதும் அதுதான் முதல் முறை.

அந்த முதல் கோணல்தான், முற்றும் கோணலாகிவிட்டது. நெப்போலியனின் சரிவுக்கான முன்னுரை, அந்த ரஷ்யப் போரில் எழுதப்பட்டது.

அகதி

என்ன கண்றாவி ஊர் இது?

ஒரு நாளைக்கு இருபத்தைந்து மணி நேரம் பனி பெய்துகொண்டிருக்கிறது. போர் செய்ய வந்தவர்கள், குளிரில் நடுங்கிச் செத்துக்கொண்டிருக்கிறார்கள், அதைப் பார்த்துப் பரிதாபமாக உச்சுக்கொட்டக் கூட யாரும் இல்லை.

ஒருவர் என்றால், ஒருவர்கூட எங்களை எதிர்த்துப் போரிடப்போவதில்லையா? மொத்த ரஷ்யாவும் எங்கே போய் ஒளிந்துகொண்டது? நெப்போலியனுக்கு ஆச்சரியம் தாங்கவில்லை.

பிரெஞ்சுப் படை ரஷ்யாவினுள் நுழைந்த அந்த நிமிடத்திலிருந்து, இந்தக் கதைதான். எந்த ஊருக்குள் நுழைந்தாலும், காலியான வீடுகளின் எரிந்து முடிந்த மிச்சங்கள்தான் அவர்களை வரவேற்றன. அந்தந்த ஊர்க்காரர்கள், வருகிற ஆக்கிரமிப்பாளர்களுக்கு ஒரு துண்டு துணுக்குக்கூட சாப்பிடக்

கிடைக்கக்கூடாது என்று சகலத்தையும் எரித்துவிட்டுக் காணா
மல் போயிருந்தார்கள்.

நேருக்கு நேராக மோதுகிற போர்களுக்கே பழக்கப்பட்டிருந்த
நெப்போலியனை, இந்தக் கண்ணாமூச்சி ஆட்டம் வெறுப்
பேற்றியது.

அதேசமயம் கடும் குளிருடன் நேருக்கு நேர் மோதமுடியாமல்
படைவீரர்கள் சுருண்டு போனார்கள். ரஷ்யாவில் நுழைந்த
நெப்போலியனின் படை, குளிர் தொடங்குவதற்கு முன்புவரை,
மளமளவென்று முன்னேறிக் கொண்டுதான் இருந்தது.

ஆனால், ரஷ்யாவின் குளிர்காலம் எத்தனைக் கொடுமையானது
என்பதை அனுபவப்பூர்வமாக உணர்ந்தபிறகுதான், எத்தனைப்
பெரிய சிக்கலில் மாட்டிக்கொண்டிருக்கிறோம் என்பது நெப்போ
லியனுக்குப் புரிந்தது. அதுவும் தனியாக அல்ல, ஆயிரக்கணக்
கானப் போர் வீரர்களுடன்.

அந்நிலையில் எப்படியாவது இங்கிருந்து வெளியேறினால்
போதும் என்று நினைக்கத் தொடங்கினார்.

ராணுவரீதியில் பார்க்கும்போது, நெப்போலியனின் ரஷ்ய
ஆக்கிரமிப்பு வெற்றிகரமானதுதான். அதில் சந்தேகமே இல்லை.
ஆனால், போரில் ஜெயித்த நெப்போலியனின் படைகளுக்கு,
ரஷ்யாவில் எதுவுமே கிடைக்கவில்லை. சாப்பாடு தண்ணீரில்
தொடங்கி, உடைகள், குளிருக்குக் கணப்பு என்று எதற்கும்
வழியில்லாமல் அவர்கள் திணறினார்கள்.

குளிரில் ஆயிரக்கணக்கான வீரர்கள் இறந்து கொண்டிருந்தார்கள்.
ஆகவே, இதற்குமேலும் போரைத் தொடராமல் பின்வாங்கி
விடலாம் என்று முடிவெடுத்தார் நெப்போலியன். நிம்மதிப்
பெருமூச்சோடு, பிரெஞ்சுப் படை வீரர்கள் திரும்பி நடக்கத்
தொடங்கினார்கள்.

இத்தனை தூரம் வந்து ஜெயித்ததெல்லாம், இப்போது எந்தப்
பிரயோஜனமும் இல்லாத ஒரு விஷயமாகிவிட்டது. எப்படி
யாவது உயிர் பிழைத்து பாரிஸ் சென்று சேர்ந்தால் போதும்
என்கிற நிலைமை.

அப்போது ரஷ்யர்கள் பிரெஞ்சுப் படையினரைத் தாக்கத்
தொடங்கினார்கள். ஏற்கெனவே மிகவும் களைத்துப் போய்

இருந்த அவர்களால், இந்தத் தாக்குதல்களைச் சமாளிக்க முடியவில்லை.

தாக்குதலில் ஏகப்பட்ட வீரர்களை இழந்த நெப்போலியனின் படை, பரிதாபமான நிலைமையில் பிரான்ஸ் திரும்பியது. லட்சக்கணக்கில் கம்பீரமாகக் கிளம்பிப்போனவர்கள், திரும்பி வரும்போது ஆயிரக்கணக்கில்தான் இருந்தார்கள்.

நெப்போலியனின் ராணுவம் ஆட்டம் கண்டிருக்கிறது என்பதை அறிந்த பழைய ஐரோப்பிய விரோதிகள் கூடிப் பேசினார்கள்.

இந்தக் கூட்டணியில், இங்கிலாந்து, ரஷ்யா, பிரஷ்யா, ஸ்பெயின் உள்ளிட்ட நாடுகள் இடம்பெற்றிருந்தன. அநேகமாக இவர்கள் எல்லோருமே, இத்தனை நாள்களாகத் தனித்தனியே நெப்போலி யனைத் தாக்க முயன்று தோற்றவர்கள்தான். இப்போது ஒன்றாக இணைந்து, ஒரு மகா பெரிய படையைத் திரட்டத் தீர்மானித் தார்கள்.

தனக்கு எதிராக ஒரு பெரிய கூட்டணி உருவாகிக் கொண்டிருப் பதைக் கேள்விப்பட்ட நெப்போலியன், அதைச் சமாளிப்பதற் கான மாற்று ஏற்பாடுகளை யோசிக்கத் தொடங்கினார். எத்தனை பெரிய படை வந்தாலும், தன்னால், பிரெஞ்சு ராணுவத்தால் சமாளித்துவிடமுடியும் என்கிற நம்பிக்கை அவருக்கு இருந்தது.

ஆனால், அந்த நம்பிக்கை, மற்றவர்களுக்கும் இருக்கவேண்டு மில்லையா? அங்கேதான் பிரச்னை ஆரம்பமானது.

இத்தனை நாள்களாகத் தங்களுடைய சக்கரவர்த்தியைக் கண் மூடித்தனமாக ஆதரித்துக்கொண்டிருந்த பெரும்பான்மை பிரெஞ்சு மக்கள், அப்போது யோசிக்கத் தொடங்கி இருந்தார்கள்.

நெப்போலியனின் சுய லாபத்துக்காக, லட்சக்கணக்கான வீரர்களை ரஷ்யாவிலும் மற்ற இடங்களிலும் பலி கொடுத்தது போதாதா? இன்னும் இப்படி எத்தனைப் போர்கள்? எத்தனை இழப்புகள்? இதற்கெல்லாம் என்னதான் முடிவு?

நெப்போலியன் பதவியிலிருந்து இறங்கினாலாவது, பிரான்ஸில் அமைதி திரும்பாதா என்று பிரெஞ்சு மக்கள் ஏங்க ஆரம்பித் திருந்தார்கள். இதனால், உள்ளூரில் நெப்போலியனுக்கு ஆதரவு அதிவேகமாகச் சரிந்துகொண்டிருந்தது.

பொதுமக்கள் மட்டுமின்றி, இத்தனை ஆண்டுகளாக நெப்போலி
யனுடன் இருந்து, அவரிடமிருந்து பணம், புகழ், பதவிகளைப்
பெற்றுக்கொண்டவர்கள்கூட, அவருக்கு எதிராகக் கட்சி மாறிக்
கொண்டிருந்தார்கள். நெப்போலியனின் சொந்தச் சகோதரர்கள்
கூட, சுயநலத்தோடு யோசிக்கத் தொடங்கியிருந்தார்கள்.

ஆனால், இந்த விஷயங்களையெல்லாம் நெப்போலியன்
கவனித்ததாகத் தெரியவில்லை. அவர் எப்போதும் வெளி
எதிரிகளைப்பற்றியே யோசித்துக்கொண்டிருந்துவிட்டார்.

1813 ஆகஸ்டில், நெப்போலியன்மீதான அடுத்த சுற்றுத்
தாக்குதல்கள் தொடங்கின. அவருடைய பழைய விரோதிகள்
எல்லோரும் ஒரே குடையின்கீழ் இணைந்துகொண்டு, பிரெஞ்சுப்
படைகளை எதிர்த்துப் போரிடத் தொடங்கினார்கள்.

இப்படி ஒரு சூழ்நிலையிலும், நெப்போலியன் தோல்வியைப்
பற்றியோ, பின்வாங்கிச் சரணடைவதுபற்றியோ நினைக்கக்கூட
இல்லை. லட்சக்கணக்காக பிரான்ஸ் மக்களைத் திரட்டி, பிரும்
மாண்டமான ஒரு படையை உருவாக்கிவிடமுடியும் என்றுதான்
கனவு கண்டுகொண்டிருந்தார் அவர்.

ஆனால் யதார்த்தம், நெப்போலியனுக்குச் சாதகமாக இல்லை.
அவருக்கு எதிரான படையில் தினந்தோறும் புதிய நாடுகள்,
பிரதேசங்கள், மன்னர்கள் சேர்ந்துகொண்டிருந்தார்கள். நாளுக்கு
நாள் விரோதிப் படையின் பலம் அதிகரித்துக்கொண்டிருந்தது.
ஒருகட்டத்தில், நெப்போலியனின் ராணுவத்தைக் காட்டிலும்,
எதிரிக் கூட்டணி கிட்டத்தட்ட இரண்டு மடங்கு பெரிய
தாகிவிட்டது.

இதனால், ஆரம்பத்தில் ஓரிரு வெற்றிகளைப் பெற்ற நெப்போலி
யன், அதன்பிறகு தொடர்ச்சியாகத் தோற்கடிக்கப்பட்டார்.
இப்போதும், அவரால் எதிரிப் படைகளுக்குப் பலத்த சேதத்தை
உண்டாக்கமுடிந்தது. ஆனால், கொஞ்சம் கொஞ்சமாக அவரு
டைய ராணுவத்தின் வலிமையும் குறைந்துகொண்டிருந்தது.

முன்பு நெப்போலியன் ஜெயித்த பல பகுதிகள், இப்போது
அவருடைய கையை விட்டுச் சென்றுவிட்டன. எதிரிகளின்
தாக்குதலைத் தொடர்ந்து சமாளிக்கமுடியாமல், பின்வாங்கத்
தொடங்கியது பிரெஞ்சுப் படை. எல்லா முனைகளிலிருந்தும்,
எதிரிகள் அவர்களைச் சூழ்ந்துகொண்டிருந்தார்கள்.

தன்னுடைய கனவு, கண்ணுக்கு எதிரே சரிந்து விழுந்துகொண்டு இருப்பதை வேதனையோடு பார்த்தார் நெப்போலியன்.

1813-ம் ஆண்டுமுழுவதும், இந்த நாடகம் தொடர்ந்தது. நெப்போலியன் படை திரட்டி அனுப்புவதும் அதைப்போலப் பல மடங்கு பெரியதான படைகளிடம் அவர்கள் உதை வாங்கிக் கொண்டு திரும்புவதும் தினசரி நடவடிக்கையானது.

அந்த ஆண்டு இறுதியில், நிலைமை இன்னும் மோசமாகி விட்டது. நெப்போலியனின் எதிரிகளான நேச நாட்டுப் படைகள் இணைந்து, பிரான்ஸைத் தாக்கத் தொடங்கின.

இத்தனை ஆண்டுகளாக, நெப்போலியன் தலைமை தாங்கி நடத்திய போர்கள் எல்லாமே, பிரெஞ்சு மண்ணுக்கு வெளியே நடைபெற்றவைதான். ஐரோப்பாவின் பெரும்பகுதியைத் தனது அதிகாரத்துக்குக் கீழே கொண்டுவந்திருந்த அவர், முதன் முறையாகத் தன்னுடைய சொந்த மண்ணைக் காப்பாற்றப் போராடவேண்டிய கட்டாயத்துக்குத் தள்ளப்பட்டார். கடைசி வரை போராடுவேன் என்று தனது எதிர்த் தாக்குதல்களைத் தொடங்கினார் நெப்போலியன்.

இருதரப்பிலும் ஏகப்பட்ட இழப்புகள், என்றாலும், பிரான்ஸுக்குள் குறிப்பிடத்தக்க அளவு முன்னேறிவிட்டது நேச நாடுகள் படை.

சரியாக இந்த நேரத்தில்தான், உள்நாட்டிலும் பிரச்னைகள் தொடங்கின. அதிகாரிகள், மந்திரிமார்களில் தொடங்கி, ராணுவத் தலைவர்கள், நெப்போலியனின் உறவினர்கள், பொது மக்கள் என்று எல்லோருமே நெப்போலியனுக்கு எதிராகச் செயல்படத் தொடங்கியிருந்தார்கள்.

இதனால், கடுமையான மன உளைச்சலைச் சந்தித்த நெப்போலியனுக்கு, உடல் நிலையும் கெட்டது. பிரான்ஸின் பெரும் பகுதியை ஆக்கிரமித்துக்கொண்டிருக்கிற எதிரிகளை, அவரால் சரியாகத் திட்டமிட்டு எதிர்க்கமுடியவில்லை.

1814-ம் ஆண்டு மார்ச் 31-ம் தேதி, நேச நாட்டுப் படைகள் பாரிஸ் நகரைக் கைப்பற்றின. அப்போது நெப்போலியன் அங்கே இல்லை. அவருடைய மனைவி, மகன், சகோதரர்கள் எல்லோரும் தப்பித்து உயிர் பிழைத்ததே பெரிய விஷயமாகிவிட்டது.

இந்த விஷயத்தைக் கேள்விப்பட்ட நெப்போலியன், உடனடியாக பாரிஸ் திரும்ப முயன்றார். ஆனால், அங்கே நிலைமை சரியில்லை என்று சொல்லி, நண்பர்கள், ஆலோசகர்கள் அவரைத் தடுத்து நிறுத்தினார்கள்.

அப்போதே, அநேகமாக எல்லாம் முடிந்துவிட்டாற்போல்தான். பாரிஸ் கை மாறிய அந்தக் கணத்திலேயே, இனிமேல் நெப்போலியன் சக்கரவர்த்தியாகத் தொடரமுடியாது என்பது உறுதியாகிவிட்டது. அதுதொடர்பான சில சம்பிரதாயங்கள்மட்டும்தான் மிச்சமிருந்தன.

நேச நாட்டுப் படையினர், நெப்போலியன் விஷயத்தில் எந்தவிதமான சமரசத்துக்கும் தயாராக இல்லை. அவர் தன்னுடைய ஆட்சிப் பொறுப்பிலிருந்து நிரந்தரமாக விலகியாகவேண்டும் என்று வற்புறுத்தினார்கள்.

தன்னுடைய பதவியைத் துறக்கச் சம்மதித்தார் நெப்போலியன். கனத்த இதயத்துடன், அதற்கான ஒப்பந்தத்தில் கையெழுத்திட்டார்.

பதவி விலகிய நெப்போலியன், பிரான்ஸில் தொடர்ந்து வாழ்வதற்குக்கூட அனுமதிக்கப்படவில்லை. இத்தாலிக்கு அருகில் உள்ள 'எல்பா' (Elba) என்ற தீவுக்கு, அவரை நாடு கடத்துவதாக அறிவித்தார்கள்.

எல்பாவில், நெப்போலியன் சகல மரியாதைகளுடன் வாழலாம், தனக்கென்று மந்திரி சபை, சின்னதாக ஒரு ராணுவம்கூட வைத்துக்கொள்ளலாம். ஆனால், எல்லாம் அந்தச் சின்ன வட்டத்துக்குள்தான் இருக்கவேண்டும். மறுபடியும் பிரான்ஸுக்குத் திரும்பி வருவதைப்பற்றி யோசிக்கக்கூடாது.

எல்லாம் ஒரு கனவைப்போல, மிக விரைவாக நடந்து முடிந்துவிட்டது. பிரெஞ்சுக் கொடிக்கு முத்தமிட்டுவிட்டு, அந்த மண்ணிலிருந்து விடை பெற்றுக்கொண்டார் நெப்போலியன்.

எல்பாத் தீவு, நெப்போலியன் பிறந்த கோர்ஸிகாவிலிருந்து சுமார் முப்பத்தைந்து கிலோ மீட்டர் தொலைவில் இருந்தது. சிறிய, ஆனால் அழகான தீவு. அமைதியான சூழ்நிலை.

நெப்போலியனை, இந்தத் தீவின் மன்னராக அறிவித்திருந்தார்கள். ஆனால் உண்மையில், அவர் பிரான்ஸிலிருந்து நாடு

கடத்தப்பட்ட அகதிதான் என்பது எல்லோருக்கும் தெரிந்த ரகசியமாக இருந்தது.

அதைப்பற்றியெல்லாம் நெப்போலியன் கவலைப்படவில்லை. எல்பாத் தீவின் சூழல், அவருக்குத் தன்னுடைய இளவயது கோர்ஸிகா ஞாபகங்களையெல்லாம் கிளறிவிட்டிருக்கவேண் டும். பழையபடி பூஜ்ஜியத்திலிருந்து தன்னுடைய அரசியல் வாழ்க்கையைத் தொடங்கத் தயாராகினார் அவர்.

அத்தனூண்டு தீவில், நெப்போலியனுக்குப் பொழுது போக வேண்டுமில்லையா? அங்கிருக்கும் சமூகச் சூழ்நிலையைக் கவனித்து, மக்களுடைய வாழ்க்கைத்தரத்தை மேம்படுத்துவது பற்றித் தீவிரமாக யோசிக்கத் தொடங்கினார்.

கொஞ்சம் கொஞ்சமாக, அவருக்கு எல்பா மக்களைப் பிடித்துப் போய்விட்டது. பிரான்ஸில் செய்ததுபோன்ற சமூகச் சீர்திருத்தங் கள், பொருளாதார முன்னேற்ற உத்திகளையெல்லாம் இங்கே யும் முயன்று பார்க்கத் தொடங்கினார்.

வெளிப்பார்வைக்கு, நெப்போலியன் இப்படி ஜாலியாகப் பொழுது போக்கிக்கொண்டிருந்தாலும், உள்ளுக்குள் அவரு டைய லட்சிய ஆவேசம் கொஞ்சம்கூடக் குறைந்திருக்கவில்லை. தனக்கு இன்னொரு வாய்ப்புக் கிடைக்குமா என்றெல்லாம் அவர் சந்தேகப்படவே இல்லை, ஐரோப்பிய அரசியல் நிலைமையைக் கூர்ந்து கவனித்தபடி, சரியான தருணத்துக்காகக் காத்திருந்தார்.

அவரால் அவசரப்பட்டு, எதுவும் செய்யமுடியாத நிலைமை. காரணம், நெப்போலியன் ஏதேனும் விஷமத்தில் ஈடுபடக்கூடும் என்று நினைத்து, இங்கிலாந்து உள்ளிட்ட எதிரி நாடுகள் எல்பாத் தீவைத் தங்களது தொடர் கண்காணிப்பில் வைத்திருந்தார்கள்.

நெப்போலியனை வெளியேற்றியபிறகு, அங்கே பிரான்ஸில் மீண்டும் ஒரு லூயி ஆட்சியில் வந்து உட்கார்ந்திருந்தார். அவ ரோடு, பழைய மன்னராட்சியின் கொடுமைகள் அனைத்தும் திரும்ப வந்திருந்தன. சமூக ஏற்றத் தாழ்வுகள் மறுபடிப் பல் லிளிக்கத் தொடங்கியிருந்தன. ஊழல், ஒழுங்கற்றத்தன்மை, ஏழைகள், விவசாயிகள், தொழிலாளர்கள் ஒடுக்கப்படுவது என்று சகல கொடுமைகளும் மறுபடி அரங்கேறத் தொடங்கி யிருந்தன.

இதையெல்லாம் பார்த்துவிட்டு, பிரெஞ்சு மக்கள் திரும்பவும் ஒரு புரட்சியில் இறங்கிவிடமாட்டார்களா என்று அவர்களுக்குத் தோன்றவே இல்லை. மாறாக, நெப்போலியன் ஏதேனும் திருட்டுத்தனம் செய்து மறுபடி ஆட்சியைப் பிடித்துவிடுவாரோ என்றுதான் பயந்தார்கள்.

இதனால், நெப்போலியனை எல்பாத் தீவில் விட்டுவைப்பது ஆபத்து, அவரை வேறு எங்காவது தொலைதூரத்துக்கு அனுப்பி விடவேண்டும் என்று ரகசியத் திட்டங்கள் தயாராகின. இந்த விவரம் நெப்போலியனின் காதுகளை எட்டியது.

அதற்குமேல், நெப்போலியனால் எல்பாவில் சும்மா உட்கார்ந்து கொண்டிருக்கமுடியவில்லை. இதுதான் சரியான சந்தர்ப்பம் என்று முடிவு செய்த அவர், உடனடியாக பிரான்ஸ் திரும்பத் தீர்மானித்தார்.

இதற்கான எல்லா வேலைகளும், மிகவும் ரகசியமாக நடை பெற்றன. படை திரட்டப்பட்டது, பணம், ஆயுதங்கள் சேகரிக்கப் பட்டன. யாருக்கும் தெரியாமல் எல்பாவிலிருந்து எப்படித் தப்புவது, பிரான்ஸ் சென்று சேர்ந்தபிறகு, என்ன செய்வது என்று தீவிரமாகத் திட்டங்கள் தயார் செய்யத் தொடங்கியிருந்தார் நெப்போலியன்.

தொடர்ந்து தன்னைக் கண்காணித்துக்கொண்டிருந்த எதிரிகளுக்கு எப்படியோ டிமிக்கி கொடுத்துவிட்டு, நெப்போலியன் 1815-ம் ஆண்டு பிப்ரவரி 26-ம்தேதி எல்பாவிலிருந்து கிளம்பினார். அவருடைய தலைமையில் ஏழு சிறு கப்பல்கள் பிரான்ஸ் நோக்கிப் புறப்பட்டன.

ஒருகாலத்தில் லட்சக்கணக்கான போர் வீரர்களைக் கொண்ட படைகளைத் தலைமையேற்று நடத்திய நெப்போலியனிடம், இப்போது சுமார் ஆயிரம் வீரர்கள்தான் இருந்தார்கள். ஆயுதங் களும் மிகச் சொற்பம்தான். இதை வைத்துக்கொண்டு பிரான்ஸைக் கைப்பற்றிவிடமுடியுமா?

செல்வது நெப்போலியனாயிற்றே!.

அ மரன்

அவர்கள் நெப்போலியனைச் சுட்டு வீழ்த்துவதற்
காக வந்திருந்தார்கள்.

ஆனால், கண்ணுக்கு எட்டுகிற தூரத்தில் நெப்போ
லியன் நெருங்கிவிட்டபிறகும், அவர்களில் யாரும்
துப்பாக்கியைத் தூக்கவில்லை. தங்களுடைய
தளபதியாக, சக்கரவர்த்தியாக மட்டுமே பார்த்துப்
பழகியிருந்த அவரை, யாராலும் விரோதியாக
நினைக்கமுடியவில்லை, சுடமுடியவில்லை.

பத்து மாதக் கட்டாய ஓய்வில், நெப்போலியனின்
உடல் கொஞ்சம் தளர்ந்திருந்தது. ஆனால் அவரு
டைய கம்பீரம் கொஞ்சமும் குறைந்திருக்க
வில்லை. தன்னைச் சுடுவதற்காக அனுப்பப்பட்
டிருந்த அந்தப் படை வீரர்களைத் தைரியமாக
அணுகினார்.

'வீரர்களே, உங்களுக்கு என்னை அடையாளம்
தெரிகிறதா?', எத்தனையோமுறை, இதே

14

பிரெஞ்சுப் படை வீரர்களுக்குத் தன்னம்பிக்கை ஊட்டும்படி பேசியிருக்கிற நெப்போலியன், இப்போது ஓர் எதிரியாக அவர்கள் முன் நின்றார். ஆனால், அந்தச் சோர்வு அவருடைய பேச்சில் தெரியவில்லை, 'நீங்கள்தான் என்னைச் சுடப்போகிறீர்களா? உங்களுடைய சக்கரவர்த்தியைச் சுடப்போகிறீர்களா?'

அடுத்த சில நிமிடங்களுக்கு, அங்கே யாரும் பேசவில்லை. அதன்பிறகு, கிட்டத்தட்ட ஒரே நேரத்தில் எல்லா வீரர்களும், 'Vive L'Empereur' (சக்கரவர்த்தி வாழ்க) எனக் கோஷம் எழுப்பினார்கள்.

அவ்வளவுதான். அந்த விநாடியிலிருந்து, நெப்போலியனை எதிர்ப்பதற்காக அனுப்பப்பட்டிருந்த படை, அவருக்குச் சொந்த மாகிவிட்டது. அவரோடு சேர்ந்து, பாரிஸ்நோக்கி நடக்கத் தொடங்கியது.

நெப்போலியன் போகும் வழியெல்லாம், போர் வீரர்களும் விவசாயிகளும் தொழிலாளர்களும் பொதுமக்களும் கூட்டம் கூட்டமாக அவரைப் பார்க்க வந்தார்கள். சில மாதங்களுக்குமுன் இதே நெப்போலியனை வேண்டாம் என்று நினைத்த அவர்களுக்கு, இப்போது அவருடைய அருமை புரிந்திருந்தது. அவருடைய மீட்புப் படையில் தங்களையும் இணைத்துக்கொண்டார்கள்.

ஆயிரம் பேரோடு தனது பயணத்தைத் தொடங்கிய நெப்போலியனின் படை, இப்படிக் கொஞ்சம்கொஞ்சமாகப் பலமடங்கு பலத்தைப் பெருக்கிக்கொண்டது. இதில் முக்கியமான விஷயம், இவர்களில் யாரையும் நெப்போலியன் வலியச் சென்று அழைக்கவில்லை, மிரட்டவில்லை, அவர்களாக வந்தார்கள், அவரோடு இணைந்துகொண்டார்கள். மௌனமாக ஓர் அமைதிப் புரட்சி அங்கே நடந்துகொண்டிருந்தது.

பாரிஸ் நோக்கி இப்படி ஒரு பெரும் படையோடு நெப்போலியன் வந்துகொண்டிருக்கிற விஷயம், ஆட்சியாளர்களை எட்டியது. மக்கள் ஆதரவோடு வருகிற நெப்போலியனை, இனிமேல் எதுவும் செய்யமுடியாது என்று அவர்கள் நடுங்கிப் போனார்கள்.

ஆகவே, நெப்போலியனின் தாக்குதலைச் சமாளிப்பதற்கான ஒரு சின்ன முயற்சியைக்கூட அப்போதைய அரசரோ அவருடைய

மந்திரிமார்களோ செய்யவில்லை. உயிர் பிழைத்தால் போதும் என ரகசியமாக பிரான்ஸிலிருந்து தப்பி ஓடினார்கள்.

மார்ச் 20-ம் தேதி, நெப்போலியன் பாரிஸ் வந்தார், தனக்கு உரிமையான ஒரு பொருளைக் கையில் எடுத்துக்கொள்வதுபோல், நேராகச் சென்று ஆட்சிப் பொறுப்பை ஏற்றுக்கொண்டார்.

உலகச் சரித்திரத்தில், வேறு எங்கேயும் இப்படி ஓர் அதிசயம் நடந்திருக்காது. சும்மா பெயரளவில்கூட ஓர் எதிர்ப்பு இல்லை. சலசலப்பு இல்லை. ஒரு துளி ரத்தம் சிந்தவில்லை. மக்கள் ஆதரவைமட்டும் ஆயுதமாகப் பயன்படுத்தி, இழந்த ஆட்சியை மீண்டும் பிடித்தார் நெப்போலியன்.

சிறிது காலத்துக்குமுன் இதே நெப்போலியனை அவமானப் படுத்தித் துரத்திய எதிரிகளை, இப்போது காணவே காணோம். அவர் நாடு கடத்தப்படுவதை வெறுமனே வேடிக்கை பார்த்துக் கொண்டிருந்த அதே பொதுஜனம், இப்போது நெப்போலியன் ஒருவரால் மட்டும்தான் பிரான்ஸைக் காப்பாற்றமுடியும் என்று நம்பியது.

மறுபடி ஆட்சியைப் பிடித்த நெப்போலியன், இரண்டு விஷயங் களில் கவனம் செலுத்தினார் - பிரான்ஸில் (மறுபடியும்) தறி கெட்டுப்போய்விட்ட சமுதாய நிலைமையைச் சரி செய்ய வேண்டும், மீண்டும் ஒருமுறை வெளியாள்கள் படையெடுத்து வந்து, இந்த நாட்டைக் கைப்பற்றிவிடாதபடி பாதுகாக்க வேண்டும். இதற்காக, ஒருபக்கம் சமூகச் சீர்திருத்தங்களை முடுக்கிவிட்டார் நெப்போலியன். இன்னொருபக்கம், பிரெஞ்சு ராணுவத்தை வலிமைப்படுத்தத் தொடங்கினார்.

போதாதா? மீண்டும் அவருடைய விரோதிகள் சிலிர்த்துக்கொண்டு எழுந்துவிட்டார்கள். நெப்போலியன் தங்களுக்கு எதிராகத்தான் படை திரட்டுவதாக நினைத்துக்கொண்டு, அவர்களும் தங்க ளுடைய ராணுவங்களை ஒருங்கிணைக்கத் தொடங்கினார்கள்.

1815 ஜூன் மாதம், நேச நாடுகள் நெப்போலியனுக்கு எதிராகப் போர் அறிவித்தன. தன்னுடைய ஆட்சியைக் காப்பாற்றிக் கொள்வதற்காகவேனும், அவர் மீண்டும் போரில் குதிப்பது அவசியமாகிவிட்டது.

அப்போது நெப்போலியனுக்கு வயது நாற்பத்து ஆறு. ஆகவே, முன்புபோல் அவரால் போர்க் களத்தில் சுறுசுறுப்பாகச் செயல் படமுடியவில்லை. என்னதான் குறுகிய காலகட்டமானாலும், எல்பாத் தீவில் சுகவாழ்க்கைக்குப் பழகியிருந்தார். உடம்பு கொஞ்சம் பெருத்திருந்தது. ஆகவே, என்னைப் பேசாமல் விட்டு விடுங்கள், நான் பிரான்ஸைமட்டும் ஆட்சி செய்துகொள்கிறேன், மற்ற தேசங்களின் விவகாரங்களில் தலையிடுவதில்லை என்று எல்லோருடனும் சமாதானம் பேசுகிற நிலைமையில்தான் இருந்தார்.

ஆனால், இதுகுறித்து அவர் எழுதிய சமாதானக் கடிதங்கள் அனைத்தும், பிரித்துக்கூடப் பார்க்காமல் திருப்பி அனுப்பப் பட்டன அல்லது கிழித்துப் போடப்பட்டன. சொந்த மாமனார்கூட (ஆஸ்திரியச் சக்கரவர்த்தி) அவருடன் சமாதானம் பேச மறுத்துவிட்டார்.

நெப்போலியனின் வீர வாழ்க்கைக்கு முடிவுரை எழுதக் காத்திருந்தது 'வாட்டர்லூ' (Waterloo). நெப்போலியனின் கடைசிப் போர்க்களமான வாட்டர்லூ யுத்தம், சரித்திரத்தின் மிக முக்கியமான திருப்புமுனைகளில் ஒன்றாக மதிக்கப்படுகிறது. இதற்குக் காரணம், ஒருவேளை இந்தப் போரில் நெப்போலியன் ஜெயித்திருந்தால், நவீன ஐரோப்பாவின் வரலாறு மொத்தமும் வேறுவிதமாக மாறியிருக்கக்கூடும்.

உண்மையில், வாட்டர்லூ யுத்தம் தொடங்கியபோது, நெப்போலியனின் பலம்தான் ஓங்கியிருந்தது. கிட்டத்தட்ட எழுபத்தைந்தாயிரம் படை வீரர்களுடன் இந்தப் போரில் குதித்தார் நெப்போலியன். அவரை எதிர்த்து நின்ற இங்கிலாந்து மற்றும் பிரஷ்யப் படைகளைத் தொகுத்துப் பார்த்தால்கூட, அந்த எண்ணிக்கை அறுபதாயிரம்.

எல்லோரும், நெப்போலியனை அழித்தாகவேண்டும் என்று முடிவுகட்டியிருந்தார்கள். ஆளுக்கு ஒன்றரை லட்சம் வீரர்களைச் சேர்ப்போம், மொத்தமாக பிரான்ஸை நசுக்கித் தேய்த்துவிடுவோம் என்று தீர்மானித்து, அதற்கான நடவடிக்கைகளில் இறங்கினார்கள்.

அப்படி ஒரு கூட்டணி அமைந்துவிட்டால், தன்னால் நிச்சயமாக அதைச் சமாளிக்கமுடியாது என்பதை நெப்போலியன் புரிந்திருந் திருந்தார். ஆகவே, தன்னுடைய விரோதிகள் ஒன்றாக இணை வதற்குள், அவர்களைத் தனித்தனியே சந்தித்துப் பல்லை உடைத்துவிடலாம் என்று தீர்மானித்தார்.

மிகவும் சமயோஜிதமான ராஜ தந்திரம் இது. நெப்போலிய னால் இனிமேல் ஜெயிக்கமுடியாது என்கிற தைரியத்தில் தானே கூட்டுப் படை திரட்டுகிறீர்கள், அந்தத் தைரியத்தின் முதுகெலும்பை முறித்துவிடுகிறேன் என்று கிளம்பியது பிரெஞ்சுப் படை.

ஒரு வெற்றி, ஒரே ஒரு வெற்றி போதும். நெப்போலியன் அவ்வளவுதான் என்று கதை கட்டுகிறவர்கள் கொஞ்சம் தயங்கிப் பின்வாங்குவார்கள், அந்த வாய்ப்பைப் பயன்படுத்திக்கொண்டு, தனது சாம்ராஜ்ஜியத்தை நிலைப்படுத்திக்கொண்டுவிடலாம் என்று எண்ணினார் நெப்போலியன்.

நெப்போலியனால், மீண்டும் தன்னுடைய படை வீரர்களின் ஆதரவை அதிவேகத்தில் திரட்டிவிடமுடிந்தது. அவருடைய கம்பீரமான, தன்னம்பிக்கை பொங்கும் பேச்சைக் கேட்டு, ராணுவத்தில் ஏராளமானவர்கள் புதிதாகச் சேர்ந்தார்கள், 'இந்த வம்பே வேண்டாம்' என்று விருப்ப ஓய்வு பெற்றுச் சென்ற வர்கள்கூட, திரும்பி வந்தார்கள்.

இதனால், வெகுவிரைவில் கணிசமான பலத்துடன் ஒரு பிரெஞ்சுப் படையைத் திரட்டிய நெப்போலியன், யாரை முதலாவதாகத் தாக்கலாம் என்று யோசிக்கத் தொடங்கினார்.

அப்போது நெப்போலியனுக்குத் தலைவலி கொடுத்துக்கொண் டிருந்த நாடுகள் என்று பார்த்தால், இங்கிலாந்து, ஆஸ்திரியா, ரஷ்யா மற்றும் பிரஷ்யா. இவற்றில் ரஷ்ய, ஆஸ்திரியப் படைகள் சற்றுத் தொலைவில் இருந்தன. இங்கிலாந்தும் பிரஷ்யாவும்தான் பிரான்ஸ் எல்லைக்கு அருகே பெல்ஜியத்தில் முகாமிட்டிருந் தார்கள்.

மற்ற கூட்டாளிகள் வருவதற்குள், இங்கிலாந்து, பிரஷ்யாவைத் தாக்கலாம் என்று தீர்மானித்தார். இதற்காக, அவருடைய பிரெஞ்சு ராணுவம் பெல்ஜிய எல்லைக்குள் நுழைந்தது. மூன்று படைகளாகப் பிரிந்து, எதிரிகளைத் தேட ஆரம்பித்தார்கள்.

ஆரம்பத்தில் நெப்போலியனின் படைகளுக்குச் சில சிறு வெற்றிகள் கிடைத்தன. இதனால், இங்கிலாந்துப் படைகள் பின்வாங்கவேண்டிய சூழ்நிலைக்குத் தள்ளப்பட்டன.

இங்கிலாந்து ராணுவம் பிரஸெல்ஸ் (Brussels) நோக்கிச் சென்றுகொண்டிருக்கும்போது, நெப்போலியன் அவர்களை

விடாமல் துரத்திச் சென்றார். இங்கிலாந்துப் படையுடன் ஒப்பிடும்போது, பிரெஞ்சு ராணுவம் அளவில் மிகப் பெரியது என்பதால், ஓர் உறுதியான வெற்றியைப் பெற்றுவிடமுடியும் என்பது அவருடைய நம்பிக்கை.

ஆனால், இதே நேரத்தில், இங்கிலாந்துப் படைகளைப் பலப் படுத்துவதற்காக, பிரஷ்ய ராணுவம் ஒன்று வந்துகொண்டிருந் தது. அந்த தைரியத்தில், நெப்போலியனின் படைகளை நேருக்கு நேர் சந்திப்பதாக முடிவெடுத்தது இங்கிலாந்து.

1815, ஜூன் 17-ம் தேதி மதியம், இதற்காக அவர்கள் தேர்ந்தெடுத்த இடம், வாட்டர்லூ. பிரஸெல்ஸ் செல்லும் வழியில் இருந்த சிறிய கிராமம் இது.

இன்றைக்கு உலகம் முழுவதும் ஏகப்பட்ட 'வாட்டர்லூ'க்கள் இருக்கின்றன. அமெரிக்கா தொடங்கி, அண்டார்டிகாவரை பல ஊர்களுக்கு இந்தப் பெயர் சூட்டப்பட்டிருக்கிறது. எனினும், இவற்றில் மிகப் பிரபலமான வாட்டர்லூ, மேற்சொன்ன பெல்ஜிய கிராமம்தான்.

நெப்போலியனுடன் மோதுவதற்கு இங்கிலாந்து, வாட்டர் லூவைத் தேர்ந்தெடுக்கக் காரணம் அந்தப் பகுதியின் நில அமைப்புதான்.

பெல்ஜியத்தின் முக்கிய நகரங்களில் ஒன்றான பிரஸெல்ஸை நோக்கிச் செல்லும் பிரதானப் பாதையில்தான் வாட்டர்லூ அமைந்திருந்தது. ஆனால், இந்தப் பகுதியில்மட்டும், பாதை கொஞ்சம் கீழே குனிந்து, பிறகு நிமிர்ந்து செல்கிறது.

அதாவது, சமதளமாகச் செல்லும் பாதையில், வாட்டர்லூவுக்கு அருகே ஒரு பள்ளத்தாக்கு இயற்கையாகவே அமைந்திருந்தது. இந்த அமைப்பைப் பயன்படுத்திக்கொண்டு, சரியானமுறையில் பதுங்கிப் போரிட்டால், நெப்போலியனைச் சமாளித்துவிட முடியும் என்று இங்கிலாந்துத் தளபதிகள் எண்ணினார்கள்.

தவிர, பிரஷ்யாவின் உதவி வந்துகொண்டிருக்கிறது. ஆகவே, நெப்போலியனை இருமடங்கு பலத்துடன் எதிர்க்கமுடியும். ஒரு வேளை, இந்தப் போரில் நெப்போலியனின் கை ஓங்கிவிட்டால், இருக்கவே இருக்கிறது பிரஸெல்ஸ், பழைய திட்டப்படி பின் வாங்கிச் சென்றுவிடலாம்.

அன்று இரவு, வாட்டர்லூ பகுதியில் பயங்கரமான மழை. ஆகவே, மறுநாள் காலை, நிலமெல்லாம் சேறாகிவிட்டது. இந்தச் சேற்றுக்கு நடுவே படை வீரர்கள், குதிரைகள், துப்பாக்கிகள், பீரங்கிகளையெல்லாம் வைத்துப் போரிடுவது சிரமம். இதனால், சூரியன் உச்சிக்கு வந்து, நிலம் காய்கிறவரையில் போரைத் தொடங்க வேண்டாம் என்று தீர்மானிக்கப்பட்டது.

இந்தக் காலதாமதம், ஒருவிதத்தில் இரண்டு படைகளுக்குமே பயனுள்ளதாக அமைந்துவிட்டது. எதிரிப் படைகள் எத்தனை பெரியவை, அவை எந்தவிதத்தில் கட்டமைக்கப்பட்டிருக்கின்றன என்றெல்லாம் காலை வெளிச்சத்தில் தெளிவாகப் பார்த்துத் தெரிந்துகொள்ளமுடிந்தது.

இங்கேதான், இங்கிலாந்துப் படைத் தலைவர்கள் ஒரு சின்னச் சூழ்ச்சி செய்தார்கள். வாட்டர்லூவின் கீழே இறங்கி, மேலேறும் நில அமைப்பைப் பயன்படுத்திக்கொண்டு, நெப்போலிய னுக்குத் தங்களது முழு பலம் தெரிந்துவிடாதபடி பார்த்துக் கொண்டார்கள்.

இதனால், நெப்போலியன் இங்கிலாந்துப் படைபலத்தை மிகவும் குறைத்து மதிப்பிட்டுவிட்டார். தவிர, பிரஷ்யாவின் உதவி அவர்களுக்குக் கிடைக்கிறதா, இல்லையா என்பதையும் அவரால் தெரிந்துகொள்ளவில்லை.

1815 ஜூன் 18-ம் தேதி நண்பகல் நேரத்தில், வாட்டர்லூ யுத்தத்தைத் தொடங்கிவைத்தது நெப்போலியன்தான். நெப்போலியனின் வீரர்கள், 'Vive L'Empereur' (பேரரசர் வாழ்க) என்று கோஷமிட்டபடி, இங்கிலாந்து வீரர்களை ஆவேசமாகத் தாக்கினார்கள். எண்ணிக்கையில் மிகவும் சுருங்கியிருந்த இங்கிலாந்துப் படை, இந்த வேகத்தைத் தாங்கமுடியாமல் திணறியது.

சீக்கிரத்திலேயே, போரில் நெப்போலியன் கை ஓங்கிவிட்டது. இனிமேல், பிரஷ்யாவின் உதவி வந்து சேரும்வரை, நெப்போலியனின் வெற்றியைத் தாமதப்படுத்துவதுதான் தங்களுக்கு ஒரே வழி என்று தீர்மானித்துக்கொண்ட இங்கிலாந்துப் படையினர், பதுங்க முடிவெடுத்தார்கள்.

இதைப் பார்த்த நெப்போலியன், இங்கிலாந்து பின்வாங்குகிறது என்று தவறாக எண்ணினார். ஆகவே, தனது படையின் முழு பலத்தையும் திரட்டி, அவர்களைத் தாக்க முயன்றார் அவர்.

உண்மையில், அவர் நினைத்ததைவிட இங்கிலாந்துக்கு இழப்பு குறைவுதான். பெரும்பகுதி வீரர்கள், தளபதிகளின் கட்டளையை ஏற்றுப் பதுங்கியிருந்தார்கள். இதை அறியாத நெப்போலியன், போர் நிகழும் பகுதியிலிருந்த முக்கிய இடங்களைக் கைப்பற்ற ஆணையிட்டார்.

இந்தத் தாக்குதல்களை, நெப்போலியனும் அவருடைய படைத் தளபதிகளும் குதிரைகளில் சென்று வழிநடத்தினார்கள். எதிரி களைக் காட்டிலும் இருமடங்கு கன ரகத் துப்பாக்கிகள், பீரங்கி களை வைத்திருந்த நெப்போலியன், அவற்றையும் சிறப்பாகப் பயன்படுத்தி முன்னேறினார்.

பிரெஞ்சுப் படையின் வேகத்தை யாராலும் கட்டுப்படுத்த முடியவில்லை.

அப்போதைய சூழ்நிலையில், நெப்போலியனுக்கு எங்கேயும் எதிர்ப்பே தென்படவில்லை என்பதுதான் உண்மை. அவ்வப்போது எதிர்ப்பட்ட படைகளும் மிகச் சிறியவையாகவே இருந்தன.

இதனால், அநாவசியமாகக் குண்டுகளை வீணாக்கவேண்டாம் என்று நினைத்தார் நெப்போலியன். துப்பாக்கிச் சூடுகளை நிறுத்திவிட்டு, முழுக்க முழுக்கத் தனது காலாட்படையினரை மட்டும் அதிக அளவில் பயன்படுத்தத் தொடங்கினார்.

வாட்டர்லூ போரில் பங்கேற்ற பல இங்கிலாந்துப் படை வீரர்கள், அந்தக் காட்சியை மிகுந்த நடுக்கத்துடன் வர்ணித்திருக்கிறார்கள், 'கடல்போலப் பரந்து விரிந்திருந்த படை, அதிவேகமாக எங்களை நோக்கி முன்னேறிக்கொண்டிருந்தது, நிலம் அதிர்ந்தது, அவர்கள் வரும் வேகத்தைப் பார்த்தால், எத்தனை பெரிய படையும் அவர்கள் முன்னே நிற்கமுடியாது என்று தோன்றியது.'

அப்போதும், இங்கிலாந்துப் படையினர் எதிர்த்துத் தாக்க வில்லை. நெப்போலியனின் படைகள் அதிகம் முன்னேறாதபடி, யுத்தத்தை ஜெயித்துவிடமுடியாதபடி தடுத்து நிறுத்துவது மட்டுமே அவர்களுடைய நோக்கமாக இருந்தது.

இங்கிலாந்துப் படைத் தளபதி வெலிங்டன் பிரபு (Duke of Wellington) பதற்றத்தோடு நேரத்தைப் பார்த்துக்கொண்டார். இந்த பிரஷ்யர்கள்மட்டும் சரியான நேரத்தில் வந்துவிட்டால், இந்தப் போரை நம்மால் ஜெயித்துவிடமுடியும் என்று தனக்குத் தானே தைரியம் சொல்லிக்கொண்டார்.

இங்கிலாந்துப் படைகள் அப்படியொன்றும் பலம் இழந்திருக்க வில்லை. மாறாக, தங்களால் முடிந்தவரை பிரான்ஸுக்குச் சேதம் உண்டாக்கிக்கொண்டு, தங்களுக்கான வாய்ப்பை எதிர்நோக்கிப் பதுங்கியிருந்தார்கள்.

இதை அறியாத நெப்போலியன், தொடர்ந்து முன்னேறிக் கொண்டிருந்தார். அவருக்கு முன்னே பலம் குறையாத இங்கி லாந்துப் படை, அவர் இன்னும் நெருங்கி வருவதற்காகக் காத்திருந்தது, இன்னொரு பக்கத்திலிருந்து பிரஷ்யப் படை வந்துகொண்டிருந்தது. இவர்கள் இருவரும் இணைந்து விட்டால், தான் சுற்றி வளைக்கப்பட்டுவிடுவோம் என்பதை நெப்போலியன் அறிந்திருக்கவில்லை.

மாலை சுமார் நான்கு மணியளவில், வெலிங்டன் பிரபு தனது படை வீரர்களைத் தாக்குதலுக்குத் தயாராகும்படி ஆணையிட் டார். அவ்வளவு நேரமும் தங்களுடைய தோழர்கள் அடி வாங்குவதை, உயிர் இழப்பதைப் பார்த்தபடி கையாலாகா தவர்களாகக் கோபத்தை அடக்கிக்கொண்டு பதுங்கியிருந்த இங்கிலாந்து வீரர்கள், ஆத்திரத்தோடு முன்னேறத் தொடங்கி னார்கள். இங்கிலாந்து வீரர்களின் ஆவேசமான கோஷங்களைத் தொடர்ந்து, துப்பாக்கிகள் முழங்கத் தொடங்கின.

நெப்போலியன் இப்படிப் பெரிய அளவில் ஒரு திடீர்த் தாக்குதலைக் கொஞ்சமும் எதிர்பார்த்திருக்கவில்லை. இங்கி லாந்து பின்வாங்குகிறது என்ற நினைப்பிலும், ஒருவேளை பிரஷ்யா முன்னேறிவந்தால் அவர்களைத் தடுக்கவேண்டும் என்பதற்காகவும், தனது படையைப் பிரித்துவைத்திருந்தார். இதனால், இங்கிலாந்துப் படை தாக்கத் தீர்மானித்தபோது, பிரெஞ்சுப் படையின் பலம் குறைந்திருந்தது.

இதே சமயத்தில், தென்கிழக்கு திசையிலிருந்து பிரஷ்ய ராணுவமும் பிரான்ஸைத் தாக்க ஆரம்பித்திருந்தது. இதனால், சட்டென்று எதிரிகளின் கை ஓங்கியது.

அடுத்த இரண்டு மணி நேரங்களுக்குக் கடுமையான போர் தொடர்ந் தது. இரண்டு படைகளும் கிட்டத்தட்ட சம அளவு பலத்துடன் போரிடுவதாகத் தோன்றியது, எந்தக் கட்டத்திலும் யார் வேண்டு மானாலும் ஜெயித்திருக்கக்கூடிய வாய்ப்புகள் இருந்தன.

ஆனால், இரண்டு பிரிவுகளாகப் போரிட்டுக்கொண்டிருந்த நெப் போலியன், இரு முனைகளிலும் கடுமையான இழப்பைச் சந்திக்க வேண்டியிருந்தது. பக்கத்துப் பிரிவிடம் உதவி கேட்கக்கூட முடியாதபடி எல்லாப் பக்கங்களிலும் நிலைமை மோசமாகிக் கொண்டிருந்தது.

ஒருகட்டத்தில், கடுமையான இழப்புகளால் பலம் இழந்த நெப்போலியனின் படை, பின்வாங்கவேண்டிய கட்டாயம். அதையே நல்ல வாய்ப்பாகப் பயன்படுத்திக்கொண்டு, இங்கி லாந்துப் படைகள் அவர்களை முழு வேகத்தில் தாக்கித் துரத்தத் தொடங்கினார்கள்.

வாட்டர்லூ யுத்தத்தில், நெப்போலியனுக்குத் தோல்வி என்பது கிட்டத்தட்ட உறுதியாகியது. இந்தச் சூழ்நிலையில், எதிரிகளின் ஒரே நோக்கம், நெப்போலியனைப் பிடிப்பதுதான். உயிரோடு பிடித்தால் சந்தோஷம், பிணமாக என்றால் இன்னும் சந்தோஷம்.

இதற்கு வாய்ப்பளிக்கக்கூடாது என்று எண்ணிய பிரெஞ்சுப் படை வீரர்கள், முடிந்தவரை இங்கிலாந்தின் முன்னேற்றத்தைத் தடுத்து நிறுத்தப் போராடினார்கள். அவர்களுடைய வீரம்தான், நெப் போலியன் வாட்டர்லூ போர்க்களத்திலிருந்து தப்பி ஓடுவதற்கு உதவியது.

தன்னை யாராலும் ஜெயிக்கமுடியாது என்கிற பிம்பத்தை உருவாக்கியிருந்த நெப்போலியனுக்கு, வாட்டர்லூதான் கடைசி வீழ்ச்சியாக அமைந்துவிட்டது. அப்போதிலிருந்து, பிரபலங்கள், சாதனையாளர்கள் யாரேனும் தோல்வியடைந்தால், 'Met His Waterloo' என்று சொல்லத் தொடங்கினார்கள்.

வாட்டர்லூவிலிருந்து தப்பித்து, பாரிஸுக்கு வந்தார் நெப்போலியன். தோல்வியடைந்தபிறகு, தன்னுடைய பிரெஞ்சு ஆட்சி உரிமையை விட்டுத்தரவேண்டியது நிர்ப்பந்தமானது. இதன்மூலம், ஐரோப்பாவில் நெப்போலியனின் ஆதிக்கம் நிரந்தரமாக முடிவுக்கு வந்தது.

நெப்போலியன் பிரான்ஸிலிருந்து தப்பி, அமெரிக்கா சென்று விடலாம் என்று அவருடைய நண்பர்கள் சிலர் சொன்னார்கள். இதேபோல், மேலும் பல யோசனைகள் நெப்போலியன்முன் வைக்கப்பட்டன. ஆனால், அவற்றில் எதுவும் அவருக்குப்

பிடிக்கவில்லை. நீண்ட யோசனைக்குப்பிறகு, இங்கிலாந்திடம் சரணடையலாம் என்று முடிவெடுத்தார் நெப்போலியன்.

இங்கிலாந்துக்காரர்கள் அவருடைய ஜென்ம விரோதிகள்தான். ஆனால், பண்பாக நடந்துகொள்கிறவர்கள். ஆகவே, அவர்கள் தன்னையும் கௌரவமாக நடத்துவார்கள் என்று நெப்போலிய னுக்குத் தோன்றியது.

நெப்போலியன் நினைத்த அளவுக்கு, இங்கிலாந்து அவரிடம் கண்ணியமாக நடந்துகொள்ளவில்லை. தங்களிடம் அரசியல் சரணாகதி அடைந்த அவரைக் கைது செய்து, அட்லாண்டிக் கடலில் இருந்த 'செயின்ட் ஹெலெனா' (Saint Helena) என்ற தீவில் சிறை வைத்தார்கள் *(அக்டோபர் 1815)*.

ஏற்கெனவே, எல்பாத் தீவில் நெப்போலியனிடம் ஒருமுறை ஏமாந்திருந்த இங்கிலாந்து, இப்போது எந்தவிதமான ஆபத்துக் கும் இடமளிக்கத் தயாராக இல்லை. கொஞ்சம் அசந்தாலும், இவர் மறுபடி ஒரு புரட்சிக்குத் தயாராகிவிடுவார் என்று அவர் களுக்கு நன்றாகத் தெரிந்திருந்தது. அதனால்தான், ஐரோப்பா விலிருந்து வெகு தொலைவில் அவர்கள் நெப்போலியனை அடைத்திருந்தார்கள். அவர் நினைத்தாலும்கூட, அங்கிருந்து அத்தனைச் சுலபத்தில் தப்பி வந்துவிடமுடியாது.

செயின்ட் ஹெலனாத் தீவில், நெப்போலியனுக்கு மிகக் கடுமையான கட்டுப்பாடுகள் விதிக்கப்பட்டன. நிமிடம் தவறா மல், இங்கிலாந்து அதிகாரிகளும் ஒற்றர்களும் அவரைத் தொடர்ந்து உளவு பார்த்துக்கொண்டிருந்தார்கள்.

எல்பாத் தீவில் வசித்த காலகட்டத்திலேயே, நெப்போலியன் சிக்கனமான வாழ்க்கைமுறைக்குப் பழகிக்கொண்டிருந்தார். ஆகவே, இந்தப் புதிய தீவில், ஏகப்பட்ட நெருக்கடிகளுக்கு மத்தியில் வாழ்வது அவருக்குச் சிரமமாக இல்லை.

ஆனால், தான் ஒரு கைதி என்பதை எந்நேரமும் மற்றவர்கள் ஞாபகப்படுத்திக்கொண்டிருப்பதுதான் நெப்போலியனுக்குப் பிடிக்கவில்லை. குறிப்பாக, இங்கிலாந்தால் நியமிக்கப்பட் டிருந்த ஆளுநர், மற்ற அதிகாரிகளைப் பார்த்தாலே நெப்போலிய னுக்கு எரிச்சல் வந்தது.

ஏகப்பட்ட கட்டுப்பாடுகள். நெப்போலியன் பாத்ரூம் போனால் கூட, பின்னாலேயே வந்து எட்டிப்பார்த்துவிட்டுப் போனார்கள்.

நாலு பேருடன் அவர் பேசிக்கொண்டிருந்தால், அவசியமில்லா மல் நடுவே தலை நுழைத்து எரிச்சலூட்டினார்கள்.

இத்தனையையும் பொறுத்துக்கொண்டு, நெப்போலியன் தனது தனிமை வாழ்க்கையைத் தொடர்ந்தார். தன்னுடைய சுய சரிதையைப் பேசினார். இன்னொருவர் எழுதினார். நிறைய புத்தகங்கள் படித்தார். நண்பர்கள், உறவினர்கள், ஆதரவாளர் களுக்குக் கடிதங்கள் எழுதினார், மிஞ்சிய நேரத்தையெல்லாம் அகப்பட்ட நண்பர்களோடு பேசித் தீர்த்தார்.

ஆரம்பத்திலிருந்தே, செயின்ட் ஹெலெனாவின் காலநிலை, நெப்போலியனுக்கு ஒப்புக்கொள்ளவில்லை. இதனால், கொஞ்சம்கொஞ்சமாக அவருடைய உடல்நிலை மோசமாகத் தொடங்கியிருந்தது.

நெப்போலியனைச் சிறை வைத்திருந்தவர்கள், அவரைச் சரியாகக் கவனிக்கவில்லை. சத்தான உணவுக்கோ, சிகிச்சைக்கோ ஏற்பாடு செய்யாமல் அலட்சியப்படுத்தினார்கள். அவர்கள்தான் நெப் போலியனுக்கு விஷம் வைத்துவிட்டார்கள் என்றுகூட ஓர் ஊகம் உண்டு.

விஷம் காரணமோ, அல்லது வயதுதான் காரணமோ, தொடர்ந்து கடுமையான வயிற்றுவலியால் அவதிப்பட்ட நெப்போலிய னால், ஒரு கட்டத்தில் நடக்கமுடியாமல் போனது. படுத்த படுக்கையானார்.

1821-ம் ஆண்டு, மே மாதம் 5-ம் தேதி அதிகாலை, நெப்போலி யனின் உயிர் பிரிந்தது. மரணத்துக்குச் சில விநாடிகள் முன்பு, அவர் உச்சரித்த கடைசி வார்த்தை, 'ராணுவம்' (Armee!)

பின்னிணைப்பு - 1

கால வரிசை

1769 - (15 ஆகஸ்ட்) நெப்போலியன் பிறப்பு

1778 - நெப்போலியனின் (போனபார்ட்) குடும்பம் பிரபு வம்ச வழி வந்ததாக அறிவிக்கப்படுகிறது.

- நெப்போலியன் மற்றும் அவரது அண்ணன் ஜோசஃப் இருவரும் பிரான்ஸ் அரசின் உதவித் தொகை பெற்று, பாரிஸ் நகருக்குப் படிக்கச் செல்கிறார்கள்.

1779 - நெப்போலியன், ப்ரெய்னெ ராணுவப் பள்ளியில் சேர்ந்து படிக்கத் தொடங்குகிறார்.

1784 - ப்ரெய்னெ பள்ளியில் ராணுவப் படிப்பை நிறைவு செய்தபின், பாரிஸ் நகரின் 'ராயல் மிலிட்டரி ஸ்கூல்' என்ற பள்ளியில் மேல்படிப்புக்காகச் சேர்கிறார்.

1785 - பாரிஸ் ராணுவப் பள்ளியிலிருந்து தேர்ச்சி பெறும் நெப்போலியனுக்கு, பிரெஞ்சு ராணுவத்தில் வேலை கிடைக்கிறது.

1786 - ராணுவப் பணியிலிருந்து விடுப்பு எடுத்துக்கொண்டு கோர்ஸிகா பயணம், அங்கே கிட்டத்தட்ட ஓராண்டுக்குத் தங்கி, உள்ளூர் விடுதலைப் போர் விவகாரங்களில் ஈடுபடுகிறார். (பின்னர் 1788 முதல் 1792 வரையிலான காலகட்டத்தில் மேலும் நான்கு முறை இதேபோல் விடுமுறை எடுத்துக்கொண்டு, கோர்ஸிகாவை பிரான்ஸ் பிடியிலிருந்து விடுவிப்பதற்கான பணிகளில் ஈடுபடுகிறார் நெப்போலியன்.)

1789 - பிரெஞ்சுப் புரட்சி, மன்னராட்சி நீக்கப்பட்டு, மக்கள் பிரதிநிதிகள் பிரான்ஸ் அரசாங்கத்திற்குப் பொறுப்பேற்கிறார்கள்.

- கோர்ஸிகாவில் அதை முன்னின்று நடத்தும் முயற்சியில் நெப்போலியன் ஈடுபடுகிறார். முழு வெற்றி அடையவில்லை.

1793 - சர்டினியாவைக் கைப்பற்றும் முயற்சியை வழிநடத்துகிறார். தோல்வி.

- கோர்ஸிகா சுதந்தரப் போராட்டத்தின் தலைவர் பயோலியுடன் நெப்போலியனுக்குக் கருத்துவேறுபாடு, இருதரப்பினரிடையே மோதல்.

- நெப்போலியன் கோர்ஸிகாவிலிருந்து குடும்பத்துடன் வெளியேறுகிறார்.
- லான் போர், பிரெஞ்சு ராணுவத்தில் நெப்போலியனின் முதல் முக்கிய வெற்றி.
- மிகச் சிறிய வயதில், 'பிரிகேடியர் ஜெனரல்' பொறுப்பை ஏற்கிறார் நெப்போலியன்.

1794 - நெப்போலியனுக்கு உதவிவந்த ரோபெஸ்பியர் சகோதரர்களுக்கு மரண தண்டனை விதிக்கப்படுகிறது.
- நெப்போலியன் கைது. பின்னர் குற்றமற்றவர் என விடுவிக்கப்படுகிறார்.

1795 - போர் அமைச்சகத்தின் டோபோக்ராஃபி பிரிவில் பணிபுரிகிறார் நெப்போலியன்.
- அரசுக்கு எதிரான கலகத்தை முன்னின்று அடக்குகிறார்.
- பதவி உயர்வுகள் - முதலில், டிவிஷனல் ஜெனரல், பின்னர், தலைமைத் தளபதி.
- ஜோசஃபைனுடன் முதல் சந்திப்பு.

1796 - நெப்போலியன் - ஜோசஃபின் திருமணம்.
- இத்தாலியப் போருக்குக் கிளம்புகிறார் நெப்போலியன்.
- நெப்போலியன் தலைமையில் இயங்கிய படைக்கு, இத்தாலியப் போரில் குறிப்பிடத்தக்க வெற்றிகள்.

1797 - இத்தாலியப் போர்கள் முடிந்து, பாரிஸ் திரும்பும் நெப்போலியன், பெருமைக்குரிய 'Institut de France' உறுப்பினராகத் தேர்வு செய்யப்படுகிறார்.

1798 - நெப்போலியன் தலைமையிலான படை, எகிப்து பயணம். தரைப் படை வெற்றி, கடற்படை தோல்வி.

1799 - எகிப்தின் வரலாறு மற்றும் கலாசாரத்தைப் பதிவு செய்வதற்கான நடவடிக்கைகளில் ஈடுபடுகிறார் நெப்போலியன்.
- எகிப்திலிருந்து மீண்டும் கடல்வழியே பிரெஞ்சு பயணம்.
- புரட்சிக்குப் பிந்தைய அரசு சரிவரச் செயல்படாததால், நெப்போலியன் அரசியல் விவகாரங்களில் நேரடியாக ஈடுபட முடிவு.
- *(9 - 10 நவம்பர்)* ப்ருமெர் கலவரம். நெப்போலியன் தலைமையிலான குழு பிரெஞ்சு அரசாங்கத்தைக் கைப்பற்றுகிறது.

- நெப்போலியன் பிரெஞ்சு அரசின் முதன்மைக் குடிமகனாகிறார் (First Consul).
- பல்வேறு மாற்றங்கள், சீர்திருத்தங்கள் அறிமுகம்.

1800 - ஆஸ்திரியாவுடன் போர். மெரெங்கோவில் நெப்போலியன் படைகள் வெற்றியடைகின்றன.
- நெப்போலியன், ஆஸ்திரியாவுடன் சமாதான உடன்படிக்கை செய்துகொள்கிறார்.
- நெப்போலியனைக் கொல்லும் முயற்சியில் முடியாட்சி ஆதரவாளர்கள், பிற ஐரோப்பிய அரசர்கள்.

1802 - இங்கிலாந்துடன் சமாதான ஒப்பந்தம்.
- பிரான்ஸில் கல்வி மற்றும் இதர துறை சார்ந்த சீர்திருத்தங்கள் (Code Of Napoleon) முழு வீச்சில் அறிமுகமாகின்றன.
- நெப்போலியன் வாழ்நாள் முழுவதும் முதன்மைக் குடிமகனாக இருக்கலாம் என்று பிரான்ஸ் மக்கள் வாக்களிக்கிறார்கள்.

1804 - *(டிசம்பர் 2)* 'நெப்போலியன் I' பிரெஞ்சுப் பேரரசராக முடி சூடுகிறார்.

1805 - நெப்போலியனுக்கு எதிராக, பிற ஐரோப்பிய தேசங்கள் படை திரட்டுகின்றன.
- ஆஸ்ட்ர்லிஜ் போர். நெப்போலியனுக்கு வெற்றி.

1806 - நெப்போலியனின் சகோதரர் ஜோசஃப், நேபிள்ஸ் தேசத்தின் அரசராகிறார், இன்னொரு சகோதரர் லூயி ஹாலந்து அரசராகிறார்.
- நெப்போலியன், பிரஷ்யாவுடன் போரில் வெற்றி.

1807 - நெப்போலியனுக்கு எதிரான போர்கள் தொடர்கின்றன - ஐலாவ், ஃப்ரெட்லாண்ட் ஆகிய இடங்களில் நடந்த முக்கியமான போர்களில் நெப்போலியன் வெற்றி பெறுகிறார்.
- நெப்போலியன் - ரஷ்ய ஜார் அரசர் அலெக்ஸாண்டர் சந்திப்பு, அமைதி ஒப்பந்தம் கையெழுத்தாகிறது.

1809 - ஆஸ்திரியா மீண்டும் தாக்குதல். பிரான்ஸ் வெற்றி.
- நெப்போலியன் - ஜோசஃபின் விவாகரத்து.

1810 - *(ஏப்ரல் 2)* நெப்போலியன் இரண்டாம் திருமணம். ஆஸ்திரிய இளவரசி மேரி லூயிஸை மணக்கிறார்.

1811 - (மார்ச் 20) நெப்போலியனின் மகன் பிரான்சிஸ் ஜோசஃப் சார்லஸ் நெப்போலியன் பிறப்பு.

1812 - ரஷ்யப் படையெடுப்பு. நெப்போலியன் வெற்றி பெற்றும் பிரயோஜனமில்லை, பலத்த இழப்புகளுடன் திரும்புகிறது பிரெஞ்சுப் படை.

1813 - பிரஷ்யாவுடன் போர். பிரான்ஸ் வெற்றி.

- ஆஸ்திரியாவுடன் போர். பல முக்கியமான பகுதிகளை இழக்கிறது, நெப்போலியன் தலைமையிலான பிரெஞ்சுப் பேரரசு.

1814 - பாரிஸ் நகரம் எதிரிப் படைகளால் கைப்பற்றப் படுகிறது.

- ஐரோப்பிய அமைதியைக் கருத்தில் கொண்டு, நெப்போலியன் பதவி விலகுவது கட்டாயமாகிறது.

- (மே 4) நெப்போலியன் எல்பாத் தீவுக்கு நாடு கடத்தப்படுகிறார்.

1815 - (பிப்ரவரி 26) நெப்போலியன் எல்பாத் தீவிலிருந்து தப்புகிறார்.

- நெப்போலியன், மீண்டும் பாரிஸ் வருகை. ஆட்சிப் பொறுப்பை ஏற்கிறார்

- நெப்போலியன், மறுபடி ஆட்சியில் அமர்வதைப் பிற ஐரோப்பிய நாடுகள் விரும்பவில்லை. போர்கள் தொடர்கின்றன, வாட்டர்லூவில் நெப்போலியன் தோல்வி.

- மீண்டும் நெப்போலியன் பதவி விலகவேண்டிய கட்டாயம்.

- இங்கிலாந்திடம் அடைக்கலம் புகும் நெப்போலியன், செயின்ட் ஹெலெனாத் தீவில் சிறை வைக்கப் படுகிறார்.

1821 - (மே 5) வயிற்றுக் கோளாறுகளால் உடல் நலம் குன்றி, நெப்போலியன் மரணம்.

பின்னிணைப்பு – 2

நூல்கள்:

- Memoirs of Napoleon Bonaparte - Louis Antoine Fauvelet de Bourrienne - The Project Gutenberg Ebook - 2006
- Napoleon - Emil Ludwig, Translated By Eden - Cedar Paul - Jaico Publishing House - 1983
- The Napoleonic Wars - Gregory Fremont&Barnes - Osprey Publishing - 2002
- Napoleon Bonaparte - John S. C. Abbott - The Project Gutenberg Ebook - 2003
- Napoleon: Man Of War, Man Of Peace - Timothy Wilson&smith - Carroll - Graf Publishers - 2002
- Napoleon I - John Holland Rose - The Project Gutenberg Ebook - 2004
- Letters Of Napoleon - J M Thompson - Basil Blackwell, Oxford
- The History of Napoleon Buonaparte - John Gibson Lockhart - The Project Gutenberg Ebook - 2006
- Chronological Table Of The Principal Events In The Life Of Napoleon - Ben Weider - http://www.napoleonicsociety.com/
- The French Revolution: A History - Thomas Carlyle - eBookMall, Inc. - 2003
- Folk Tales of Napoleon - Honore de Balzac and Alexander Amphiteatrof - The Project Gutenberg Ebook - 2004

இணையத் தளங்கள்:

- http://napoleon.thepodcastnetwork.com/
- http://en.wikipedia.org/
- http://www.badley.info/history/Napoleon&I-France.biog.html
- http://www.britishbattles.com/waterloo/waterloo-june-1815.htm
- http://www.eyewitnesstohistory.com/waterloo.htm

பிற:

- Napoleon 101: Napoleon Bonaparte Podcast - J David Markham - Cameron Reilly - The Podcast Network - 2006 - 07
- Timeline of Napoleon I's life & Dictionnaire Napoleon / Jean Tulard / Fondation Napoleon & 2006

www.ingramcontent.com/pod-product-compliance
Lightning Source LLC
Chambersburg PA
CBHW030837090426
42737CB00009B/1001
* 9 7 8 8 1 8 3 6 8 3 4 7 0 *